KWANINI UKRISTO NI BORA KULIKO UISLAM?

Dr. Maxwell Shimba

Haki Miliki © 2025 – Dr. Maxwell Shimba

Haki zote zimehifadhiwa. Hakuna sehemu yoyote ya kitabu hiki inayoweza kunakiliwa, kuhifadhiwa kwenye mfumo wa urejeleaji, au kusambazwa kwa njia yoyote ile – iwe ya kielektroniki, kimitambo, kunakili kwa mashine, kurekodi, kuchanganua, au njia nyingine yoyote – isipokuwa kwa nukuu fupi katika maoni ya kina au makala, bila idhini ya maandishi ya awali kutoka kwa mchapishaji.

Shimba Publishing, LLC.

Shimba Theological Institute

JEDWALI YA YALIYOMO

Utangulizi vii
WOKOVU WA WAKRISTO xii
KUHUSU MWANDISHI xv
DIBAJI xvii
Surah Ya 01 1
Mambo Kumi na Mawili Ya Kushangaza Ya Kuacha Uislam 1
HADITHI ZA KUHUSU VITUKO VYA QUR'ANI 5
Sura ya Kwanza: "Allah katika Nchi ya Ajabu" 6
ALLAH KATIKA NCHI YA AJABU 6
"Ndege Hudhud Anayezungumza" 8
UGUNDUZI WA KISAYANSI WA KUSHANGAZA KATIKA UISLAMU 10
JE, ALLAH ANAWAPENDA VIUMBE WAKE? 12
MIUNGU MIWILI KATIKA UISLAMU 14
MAUAJI YA MAMA MJAMZITO 17
ALLAH BABA NA NABII MWIZI 20
Mwanzo wa Ujambazi 20
Uanzishaji wa Wizi chini ya Muhammad 21
Mfano wa Kihistoria kutoka kwa Al-Tabari 22
Amri ya Kugawanya Nyara 22
USHASHA WA MUHAMMAD KWA WAISLAMU 24
JICHO LA UBAYA 27

UZALISHAJI WA MBEGU ZA KIUME (SPERM) 29
MAFUNDISHO YA KUSHANGAZA YA MTUME WA
UISLAMU 31
UMOJA TUNASIMAMA, MGAWANYIKO TUNAZAMA ... 34
SHERIA ZA AJABU ZA ASILI KATIKA UISLAMU 37

Surah Ya 02 41
Tatizo La Dhambi Ya Asili Katika Uislam 41
DHAMBI YA ASILI KATIKA UISLAMU NA UKRISTO 42
MAKOSA YA UISLAMU 47
Baada ya kumfukuza Shetani, Allah akawaamuru Adamu na
Hawa kuishi Peponi: 49
Je, dai la Waislamu kwamba hatuathiriwi na dhambi ya
Adamu ni kweli? 53
Maswali ya Msingi kwa Waislamu: 56
Hadithi Zinazoonyesha Athari za Dhambi ya Asili kwa
Wanadamu: 57
Karne nyingi kabla ya kuja kwa Qur'ani, mtunga zaburi Daudi
aliandika chini ya msukumo wa roho: 58

Surah Ya 03 65
Quran Inathibitisha Kwamba Yesu Pekee Anaweza Kubeba
Dhambi Zetu 65

QUR'AN INAJIPINGA YENYEWE KUHUSU SUALA HILI 67
MUHAMMAD ANAPINGANA NA DAI LA WAISLAMU 68
QURAN INADHIRISHA KWAMBA YESU PEKEE
ANAWEZA KUBEBA DHAMBI ZETU 72

Chapter 04 79
Surah 3:54 – Allah Anawadanganya Waislam na Wakristo 79

ALLAH ANAMDANGANYA MUHAMMAD KWA UFUNUO WA UONGO 83

ALLAH ANAWADANGANYA WAISLAMU KWA UNABII WA UONGO 87

ALLAH ANAWADANGANYA WAISLAMU KWA UNABII WA UONGO 89

ALLAH ANAWADANGANYA WAKRISTO KWA UDANGANYIFU 94

ALLAH MDANGANYAJI 99

Chapter 05 105
Surah 29:46 Allah Ni Mungu wa Utatu 105
Chapter 06 122
Utambulisho Wa Yesu Kama Mwana Wa Mungu Katika Quran 122

YESU KRISTO NDIE NABII PEKEE ALIYEZALIWA NA BIKIRA 123

YESU KRISTO NDIO NABII PEKEE ANAYETWA "NENO LA MUNGU" 131

YESU KRISTO NI NABII PEKEE ANAYEWEKWA KAMA "ROHO KUTOKA KWA MUNGU" 135

YESU KRISTO NI NABII PEKEE ANAYETANGAZWA KAMA "MTAKATIFU" AU "BILA KOSA" KATIKA QUR'ANI 136

Kukataa Yesu kama Mtoto wa Mungu 148

Kukubali Yesu kama Mtoto wa Mungu 149

Surah Ya 07 150
Waislamu Wengi Hawawezi Kuelekea Makkah wakati wa Kusali 150

QIBLA YA WAKRISTO? 154

Surah Ya 08 163
Janga Lililo Tokea Mekkah – Kialamu Cha Kuwaamsha Waislamu
.... 163
    JIWE JEUSI LA KIPAGANI 169

Surah Ya 09 176
Mizizi Ya Kipagani Ya Ibada Ya Sanamu Katika Uislamu 176
    KA'BA 177
    JIWE JEUSI 180
    MIFANO YA KUSHANGAZA 185
    SABABU YA IBADA YA SANAMU KATIKA UISLAMU ... 188
    ONYO LA KUSIKILIZA 191

Surah Ya 10 194
Waisalmu Wote Ni Waabudu Sanamu 194
    SANAMU LAJI LA ISLAMU 197

UTANGULIZI

SURAH 5:68 NA ANGUKO LA WAISLAMU

Waislamu wanafundishwa kuamini kuwa Biblia ambayo tunayo leo imebadilishwa kutoka kwa muundo wake wa awali. Matokeo yake, wengi wanaamini kuwa imeharibika. Karibu kila mazungumzo ya Kikristo na Kiislamu huanza na pingamizi hii dhidi ya Biblia. Kwa sababu ya imani hii potofu, Waislamu wanakataa Biblia kama Neno la Mungu. Isipokuwa kutoelewa kwa hii kutatuliwe, mazungumzo ya maana na Waislamu yatakuwa hayawezekani.

Ni muhimu kuanzisha majadiliano yetu kwa kufafanua jambo muhimu. Si kwa sababu ya kuwepo kwa ushahidi mkubwa kwamba Waislamu wanadai kuwa Biblia imebadilishwa. Lakini ni kwa sababu wanahitaji kufanya hivyo ili kudumisha imani yao kwamba Qur'an ni Neno la Mungu. Kwa kuwa Qur'an inapingana na Biblia, moja kati ya hizo mbili lazima iwe kweli. Na Waislamu wanajua kwa hakika kwamba Maandiko mawili yanayopingana hayawezi kuwa kweli kwa wakati mmoja. Ndio maana wanajitahidi sana kupotosha Biblia kwa sababu bila kudai hili, dini yote ya Uislamu inaporomoka. Hii ndio sababu pekee kwa nini Waislamu wanadhihirisha mtindo wa kisiasa wa kupinga Maandiko ambayo yalifunuliwa kwa Wayahudi na Wakristo. Hata hivyo, mashambulizi haya dhidi ya Biblia ni anguko kwa Waislamu. Kwa nini tunasema hivyo?

Ukristo Ni Bora Kuliko Uislam

Ikiwa Qur'an yenyewe inashuhudia uthibitisho wa Maandiko ya Wayahudi na Wakristo na ikiwa Qur'an yenyewe inawaamuru Wayahudi na Wakristo kuishi kwa mafundisho ya Maandiko haya na ikiwa Maandiko haya yanaonyesha kuwa Uislamu ni uongo, basi mfumo wote wa imani wa Uislamu utaporomoka. Hebu tuangalie sasa aya muhimu katika Qur'an. Kwa kuzingatia umuhimu wa aya hii ya Qur'an, tumetoa tafsiri mbili tofauti:

Surah 5:68 Sema: "Enyi wafuasi wa Biblia! Hamna msingi wowote wa imani zenu isipokuwa mtakapozingatia Torati na Injili, na yote yaliyotolewa kutoka juu kwenu na Mlezi wenu!" (Asad)

Sema, "Enyi Watu wa Kitabu, Hamna msingi wowote wa imani zenu, isipokuwa mtakapozingatia Torati na Injili, na yote yaliyoshushwa kwenu kutoka kwa Bwana wenu." (Safi Kaskas)

Kwa mshangao, Waislamu wanawaambia Wayahudi na Wakristo wasiamini aya hii ya Qur'an kwa sababu Vitabu vyao Vitakatifu sasa vimeharibika. Kwa kukataa aya hii ya Qur'an kama si ya kweli tena, Waislamu kwa kweli wanadai kuwa baadhi ya sehemu za Qur'an sasa ni za uongo. Kwa kweli, wanashuhudia kwamba Qur'an imetoka katika matumizi na si sahihi tena. Hii sio tena ya kuaminika kwa sababu inawaelekeza watu kufuata Maandiko yaliyoharibiwa na ambayo sio tena halali. Hivyo, Qur'an lazima irekebishwe ili iendelee kuwa ya kisasa leo. Waislamu wanahitaji nabii mpya ili kuboresha na kurekebisha makosa yaliyopo katika Qur'an.

Surah 5:68 inatambua Wayahudi na Wakristo kama "Watu wa Kitabu." Kichwa hiki cha heshima kinathibitisha ukweli kwamba Qur'an inawatambua Wayahudi na Wakristo kama jamii ya waumini waliokuwa wamepewa Maandiko

Matakatifu ya Mungu tangu mwanzo. Hakuna watu wengine waliotajwa kama hivyo katika Qur'an. Hata Waislamu hawajatamkwa hivyo! Hii peke yake inathibitisha kwamba walikuwa na Neno la Mungu halisi pamoja nao. Tunataka kuwauliza Waislamu maswali yafuatayo:

Je, maneno ya Allah katika Surah 5:68 ni ya milele au sivyo?

Je, Surah 5:68 haisemi wazi kwamba Wayahudi na Wakristo "hawana msingi wowote wa imani zao isipokuwa wanapozingatia Torati na Injili"?

Je, Wayahudi na Wakristo wanawezaje kushikilia Torati na Injili leo, ikiwa Torati na Injili zimeharibika kama mnavyodai?

Ikiwa Biblia imeliwa, je, onyo la Allah kwa Wayahudi na Wakristo litaendelea kuwepo katika Qur'an leo?

Waislamu mara nyingi wanadai kuwa Qur'an ni Neno la milele la Allah. Hata hivyo, Waislamu wanakataa kutambua milele ya mafundisho ya Allah katika Surah 5:68. Kila inapoletewa Surah 5:68 kwa Waislamu, wanachukua hatua ya kupotosha tafsiri ya aya hii ya Qur'an. Ikiwa mtazamo wa Waislamu ni sahihi, basi Surah 5:68 inapaswa kusomeka kama ifuatavyo:

"Enyi Watu wa Kitabu, hamna msingi wowote wa imani zenu isipokuwa mtakaposhikilia Torati iliyoharibiwa na Injili iliyoharibiwa."

Waislamu wanapotosha kwa uzushi maana halisi ya Surah 5:68 kwa ulimi wao. Kwa hili na sababu nyingine nyingi, aya inayofuata ya Qur'an inawahusu Waislamu leo:

Surah 3:78: Kati yao wapo wanaopotosha Maandiko kwa ulimi wao, ambayo unaweza kufikiria kuwa wanayosema ni kutoka kwa Maandiko, lakini si kutoka kwa Maandiko. Na wanasema, "Ni kutoka kwa Allah," kumbe si kutoka kwa Allah. Wanasema uongo kuhusu Allah na wanajua. (Shabbir Ahmed)

Sababu ambayo Waislamu lazima wawe waongo kuhusu Surah 5:68 ni kwa sababu inashuhudia uhakika wa Torati na Injili. Uhakika wa Torati na Injili unaleta mojawapo ya matatizo makubwa kwa Waislamu. Hii ni kwa sababu Qur'an inapingana na Torati na Injili wakati ikishuhudia mara kwa mara kwamba Torati na Injili ni Maandiko yaliyoshushwa na Allah. Hivyo, inajiuliza swali: "Vipi Maandiko ya Allah yanaweza kuharibika?" Kama hivyo, hakuna sababu halali kwa Qur'an kupingana na Torati na Injili. Waislamu wanajua hili ni tatizo. Linajulikana kama "Shida ya Waislamu." Hata hivyo, kuna zaidi ya Surah 5:68. Wakati tunasisitiza mara nyingi sehemu ya aya hii ya Qur'an inayowaamuru Wayahudi na Wakristo kutii Torati na Injili, mara nyingi tunakosa kuzingatia sehemu inayofuata moja kwa moja. Sasa tutachambua sehemu hii muhimu ya Surah 5:68. Hebu tusome Surah 5:68 tena:

Sema, "Enyi Watu wa Kitabu, Hamna msingi wowote wa imani zenu, isipokuwa mtakaposhikilia Torati na Injili, na yote yaliyoshushwa kwenu kutoka kwa Bwana wenu." (Safi Kaskas)

Tafadhali kumbuka kwamba baada ya kuwaamuru Wayahudi na Wakristo kutii Torati na Injili, Allah anaongeza:

"...na yote yaliyoshushwa kwenu kutoka kwa Bwana wenu."

Hivyo basi, Wayahudi na Wakristo lazima watazame si tu Torati na Injili, bali kila kitu kingine cha Maandiko waliyopokea kutoka kwa Mungu. Allah asingewapa amri hii Wayahudi na Wakristo, iwapo kungekuwa na sababu ya kuamini kuwa sehemu za Maandiko yao zimeharibika. Ni muhimu sana kutambua kwamba kwa kuingiza hitaji la kutii "yote yaliyoshushwa" kwa Wayahudi na Wakristo, Allah anathibitisha Maandiko yao yote kama halisi na yasiyo na dosari. Allah hasemi kuhusu kutii sehemu fulani za Biblia ambazo zimeepukwa na uharibifu kama wanavyodai Waislamu kwa udanganyifu, bali anasema kuhusu kutii Biblia yote. Na hii inajumuisha Torati kamili na Injili kamili. Hii ina maana kwamba Waislamu lazima kukubali Biblia yote kama Neno la Mungu.

Wakati Waislamu wanashindwa kutambua Biblia yote kama Neno la Mungu, wanajiweka kinyume na Allah. Wakati Qur'an inashuhudia waziwazi uhakika wa Biblia yote, Waislamu wanadai kinyume kabisa. Linganisha tu maneno yasiyokuwa na shaka ya Allah katika Surah 5:68 na kukataa kwa aya hii ya Qur'an na Waislamu. Waislamu wanapaswa kuonywa kwamba Surah 5:68 inasema waziwazi kwamba Maandiko ya Wayahudi na Wakristo yalishushwa kwao kutoka kwa "Bwana wao." Na Neno la Mungu haliwezi kuharibika wala kubadilishwa:

Surah 10:64: Neno la Mungu halitabadilika kamwe. Hilo ndilo Ushindi Mkuu. (W. Khan)

Qur'an inasema waziwazi kwamba Wayahudi na Wakristo hawawezi kusimama kwa chochote, "isipokuwa" waki "zingatia Torati na Injili, na yote yaliyoshushwa kwao kutoka kwa Bwana wao." Maandiko yote haya yanayozungumziwa katika Surah 5:68 yanaweza kupatikana tu katika Biblia tuliyonayo leo. Ondoa Biblia na Maandiko yote haya ya Allah yatapotea kwenye giza la sahau. Hii inamaanisha tu kwamba Wayahudi na Wakristo hawatakuwa na mwongozo "isipokuwa" watakapo zingatia mafundisho ya Biblia. Hii inathibitisha kwa wazi kwamba Biblia haikufutwa na kuja kwa Qur'an. Hii pia inathibitisha kwamba Qur'an hailengi kwa Wayahudi na Wakristo. Allah anawaamuru wajipe kwa mafundisho ya Biblia Takatifu kwa mwongozo.

WOKOVU WA WAKRISTO

Surah 5:68 inahusiana na Surah ya 5, inayojulikana kwa Kiarabu kama Surah Al-Maidah. Surah hii kamili ilifunuliwa kwa vipengele wakati wa kipindi cha miaka mitano ya mwisho ya maisha ya Muhammad. Qur'an nzima ilikusanywa ndani ya miaka 23. Na Surah Al-Maidah ilifunuliwa hatua kwa hatua kuanzia mwaka wa kumi na nane hadi mwaka wa ishirini na tatu. Hata katika hatua hii ya kuchelewa wakati Qur'an ilikuwa inakaribia kukamilika, Allah aliamuru Wakristo katika Surah 5:68 wafuate mafundisho ya Maandiko yao matakatifu. Na hakuna aya yoyote ya Qur'an iliyoonekana baadaye kubadilisha amri ambayo ilitolewa kwa Wakristo. Hii ina maana kwamba hata sasa unapoisoma makala hii, wokovu wa Wakristo hautegemei Qur'an bali ni utiifu wao kwa mafundisho ya Biblia. Hii pia inathibitisha kwamba kamwe haikuwa nia ya Allah kubadilisha Biblia na Qur'an.

Allah alizungumza na Wakristo katika wakati wa sasa alipowaamuru "kushikilia kwa uthabiti Torati na Injili" katika Surah 5:68. Lazima tuwaulize Waislamu maswali yafuatayo:

Je, Wakristo wanaosoma amri hii ya "kushikilia kwa uthabiti Torati na Injili" wanapaswa kuelewaje leo?

Je, Wakristo wanapaswa kuona amri hii kama haisaidi tena leo?

Tangia lini aya hii ya Qur'an ikawa haifai tena?

Ni kipindi gani maalum cha muda ambapo aya hii ya Qur'an ilikosa umuhimu kwa Wakristo?

Kwa nini Allah hakufunua aya nyingine ya Qur'an ili kubadilisha Surah 5:68?

Je, hii haithibitishi kwamba Surah 5:68 bado ni amri inayotumika kwa Wakristo leo?

Ili Wakristo "kushikilia kwa uthabiti Torati na Injili" leo, si tu Biblia inapaswa kuwepo kwao lakini pia inapaswa kubaki safi na ya kuaminika. Vinginevyo, Wakristo watakuwa wanajiweka chini ya Maandiko ambayo si tena Neno la kweli la Mungu.

Kwa kumalizia, hebu tuzingatie ujinga wa madai ya ufisadi kutoka kwa Waislamu. Ikiwa Biblia imeharibiwa kweli na hivyo ikiwa Mkristo leo atajamua kuachana na Biblia na kufuata Qur'an, je, unajua atagundua nini katika masomo yake ya Qur'an? Qur'an inamwamuru arudi kwa Torati na Injili. Inamwambia: "Huna msingi wa kusimama isipokuwa unaposhikilia kwa uthabiti Torati na Injili na yote yaliyoshushwa kwenu kutoka kwa Mola wenu." Kwa maneno mengine, inamwambia arudi kwenye Biblia. Na ikiwa Wakristo hawawezi kushikilia mafundisho ya Biblia kwa sababu ya ufisadi, basi Qur'an inakuwa kiongozi wa uwongo kwa kuwaelekeza Wakristo kukubali Kitabu kilichoharibika.

Hii ni makosa makubwa kwa sababu amri hii ya Allah kwa Wakristo bado inaonekana katika Qur'an leo. Kila wakati Waislamu wanapodai kwamba Biblia imeharibika, wanajikuta wakikiri Qur'an kama kiongozi wa uwongo. Na Allah anawahadharisha Waislamu hawa. Anasema wazi kwamba Waislamu wanao "kanusha Vitabu Vyake" wame "potoka sana."

Surah 4:136: Enyi mliyoamini! Amweni katika Allah na Mjumbe Wake na Kitabu alichomtumia Mjumbe Wake na Kitabu alichotuma kwa wale waliokuwa kabla yao. Yeyote anayekataa Allah, Malaika wake, Vitabu vyake, Mitume wake, na Siku ya Hukumu, amepotoka sana." (Yusuf Ali)

Wakristo wanajua kwa hakika kwamba ni Mungu Yehova na si Allah aliyehamasisha maandiko ya Biblia Takatifu. Hata hivyo, ili kuwaeleza Waislamu kile Qur'an inafundisha kuhusu uadilifu wa Biblia, lazima tufuate – angalau kwa muda wa makala hii – madai ya Qur'an kwamba ni Allah aliyetuma Biblia kwa wanadamu. Haiwezi kufikirika kwa Biblia, ambayo ni Neno la milele la Yehova, kuwa imeharibika.

Isaiah 40:8: "Majani ya kijani yanakauka, maua yananyauka. Lakini Neno la Mungu wetu hudumu milele."

1 Peter 1:25: "Neno la Yehova hudumu milele."

Shalom,

Dr. Maxwell Shimba

Shimba Theological Institute

KUHUSU MWANDISHI

Nawasalimu wasomaji wote kwa jina la Bwana wetu Yesu Kristo alie hai. Kitabu hiki kilicho mikononi mwako hivi sasa ni juhudi ya miaka mingi sana ya Dk. Maxwell Shimba na Shimba Theological Institute ya huko New York, Amerika ya Kaskazini. Kama lilivyo jina la Kitabu ndivyo ulivyo ujumbe wenyewe ambao mwanachuoni huyu mahiri kabisa anayefafanua Ukristo ni Borah Kuliko Uislamu ni mtu aliyebobea katika fani zote ambazo mfasiri (Mfafanuzi) anatakiwa awe nazo. Mtumwa wa Yesu Kristo Dk. Maxwell Shimba ameonesha cheche zake katika vitabu vingi alivyoviandika katika maudhui mbalimbali na hivyo kujipatia wasomaji wengi sana.

Msomi huyu, mwenye fikra huru na anayetetea kile anachokiamini, ni mtu mwenye mawazo mapana na kuyaangalia mambo kwa undani sana, kipaumbele chake ni katika maslahi ya umma huu na amejaribu sana kwenda na wakati. Sifa kubwa ya pekee ya mwanachuoni huyu ni kuwa yeye hakujihusisha sana na kung'ang'ania madhehebu fulani tu, labda hii yatokana na wadhifa wake wa ukadhi "Restorative Justice" aliokuwa nao katika nchi ya Marekani ambayo ina madhehebu mengi, ambapo suala la madhehebu ni nyeti nchini humo, hata hivyo yeye aliweza kuamua matatizo ya watu kwenye ofisi yake kulingana na madhehebu yao pale walipomwendea, hiyo ilmsaidia sana hata.

Jambo lililotupa msukumo kutafsiri kitabu hiki kwa lugha ya kiswahili ni zile faida nyingi atakazozipata msomaji na kujua mambo mengi na ya ajabu yaliyo mapya kwake ambayo si rahisi kuyapata kwa waandishi wengine.

Ukristo Ni Bora Kuliko Uislam

Msomaji atapata faida katika fani za Injili ya Bwana Yesu Kristo, Sayansi, Siasa, Historia, Mashairi, visa vizuri, na Saikolojia miongoni mwa mengine; ndiyo maana msomaji atashangaa kidogo anaposoma Kitabu Hiki atakapoona mwandishi amewataja na kuwanukuu watu kama kina Mtume Muhammad, Isa Bin Maryam, Mfalme Constantine, wanasayansi na wengineo, hali inayoifanya kitabu hiki kuwa ni cha kipekee kabisa. Mtindo alioutumia mwandishi ni sahali uliokusudiwa watu wa tabaka mbalimbali, wanavyuoni na watu wa kawaida.

Ruhusa imetolewa kwa yeyote anaetaka kukichapisha upya kitabu hiki kwa sharti tu kwamba asibadilishe chochote bila ya kutujulisha, na atutumie nakala moja baada ya kukichapisha. Nia yetu ni kukigawanya kitabu hiki bure lakini tumelazimika kukiuza kwa bei nafuu ili kurudisha gharama za uchapishaji. Mwisho, shukrani kubwa iwaendee bila ya kuwataja watu waliojitolea usiku na mchana, jopo la wafasiri, wahariri, wachapaji, waliotupa moyo na kutoa maoni yao na walioisimamia ili kuhakikisha kwamba kitabu kimemfikia msomaji. Mchapishaji.

Kutokana na maombi mengi ya wasomaji wetu wa Kiswahili, ambao ni wa madhehebu mbalimbali ya Wakristo walioko Afrika Mashariki na Kati, Amerika ya Kusini na Kaskazini, Uarabuni na hata nchi za Ulaya, tumeonelea kukichapisha Kitabu hiki ili kupunguza kiu yao kama si kuiondoa kabisa. Uzuri wa chapa hii ni utaratibu uliotumika, ambapo baada ya Aya kufasiriwa, maelezo yake yanapatikana moja kwa moja chini yake bila ya kwenda kwenye ukurasa mwingine, na utaratibu huu ndio utakaotumika katika chapa zote zitakazofuata.

Hatuna budi kuwashukuru wote waliotumia wakati na akili zao katika kufanikisha lengo hili adhimu, bila ya kuwasahau wafadhili na wasimamizi wetu. Mwenyezi Mungu awalipe kheri nyingi. Vilevile tunawashukuru sana wasomaji wetu amabao waliotukosoa, hivyo kuchangia, kwa kiasi kikubwa, kuisahisha chapa hii. Na tunawaomba waendelee kufanya hivyo.

DIBAJI

Mimi nimetunga mfululizo wa vitabu vidogo vidogo katika itikadi na misingi yake. Nimevitunga kulingana na mfumo na mantiki ya kizazi cha kisasa, ambacho hakiamini kitu ila kile kinachokitaka na chenye kuafikiana na malezi yake na maendeleo yake.

Kuandika juu ya karatasi tu, sio sharti la kufaulu katika kitu chochote; isipokuwa kufaulu ni kumridhisha na kumpendeza msomaji kile atakachokisoma. Msomaji naye hawezi kuridhia kitabu chochote, isipokuwa kiwe kwa ajili yake na sio kwa ajili ya mwandishi. Na-huko kuridhia kunampa nguvu mwandishi kuendelea. Hapo ndipo msomaji na mwandishi wanapoathiriana. Kwa vyovyote ilivyo, kuenea kwa mfululizo huo wa vitabu vidogo vidogo na majarida kumenipa nguvu ya kutunga vitabu vikubwa na vipana; kama vile: Roho Mtakatifu, Yesu ni Mungu, Allah sio Yehova, Mungu wa Kweli, Yesu ndani ya Qur'an, Yesu sio Isa Bin Maryam n.k. Vitabu hivi vinapatikana katika lugha mbali mbali ikiwepo ya Kiingereza, Kispanishi, na Kifaransa.

Mwenyezi Mungu naye akavifanyia vitabu hivi kama alivyofanyia vile vingine.

Kwa hivyo basi, nitaendelea kuandika na kuwa na ndoto ya kutimia na kufaulu mpaka kufa. Yesu yeye peke yake ndiye ambaye atasimamisha nishati yangu. Nami nitaendelea kutoa juhudi zangu muda wote wa uzima wangu.

Kizazi cha kisasa Kila kitu kina sababu ya kutokea kwake, ni sawa kiwe ni cha kimaumbile, kama vile tufani na tetemeko; au cha kijamii, kama vile ujinga na ufukara; au kiwe ni katika mambo ya moyoni, kama vile imani na kufuru.

Hakuna kitu chochote kinachotokea kwa sadfa bila ya sababu yoyote, au bila ya mipangilio yoyote. Nitayafafanua maelezo haya kwa swali na jibu lifuatalo:

Mhubiri Mlango wa 3: 1 Kwa kila jambo kuna majira yake, Na wakati kwa kila kusudi chini ya mbingu.2 Wakati wa kuzaliwa, na wakati wa kufa; Wakati wa kupanda, na wakati wa kung'oa yaliyopandwa;3 Wakati wa kuua, na wakati wa kupoza; Wakati wa kubomoa, na wakati wa kujenga;4 Wakati wa kulia, na wakati wa kucheka; Wakati wa kuomboleza, na wakati wa kucheza;5 Wakati wa kutupa mawe, na wakati wa kukusanya mawe; Wakati wa kukumbatia, na wakati wa kutokumbatia;6 Wakati wa kutafuta, na wakati wa kupoteza; Wakati wa kuweka, na wakati wa kutupa;7 Wakati wa kurarua, na wakati wa kushona;Wakati wa kunyamaza, na wakati wa kunena;8 Wakati wa kupenda, na wakati wa kuchukia; Wakati wa vita, na wakati wa amani.9 Je! Mtendaji anayo faida gani katika yale anayojishughulisha nayo?

Kwa nini kizazi cha sasa hakijishughulishi na misimamo ya kiimani na kidini kama kilivyokuwa kizazi kilichopita? Vijana wengi wa kileo wameachana na ibada na mazingira ya kidini; bali imekuwa uzito sana kwao kusikiliza mafundisho, mahubiri, na nasaha za kidini; hata msimamo mzuri wa kiutu - kama udugu, usawa, amani, kusaidiana, ukweli na uadilifu - haumo katika nyoyo zao kabisa.

Inapotokea kuuzungumzia basi wanauzungumzia katika ndimi zao tu, sio katika nyoyo zao; ila ikiwa kuna manufaa ya kibinafsi.

Na kazi ambayo tunaiweza kuifanya, nionavyo mimi, ni:

Kwanza: Tuitilie mkazo dini katika mashule, hasa Biblia, kuisoma, kuihifadhi na kuifasiri. Kwani hiyo ndiyo msingi. Kama wasimamizi wakikataa kufundisha dini katika mashule na watakataa tu, basi ni juu yetu kuanzisha Shule za kibinafsi kwa ajili ya lengo hilo tu. Tuanzishe Shule hizi kutokana na mamillioni yanayotolewa sabili kwa wanavyuoni wakubwa na wengine Wala sijui kama kuna kazi nyingine bora zaidi ya kutumia pesa hizo kuliko kufufua na kuyaeneza mafundisho ya dini.

Pili: Kila mmoja katika watu wa dini atekeleza wajibu wake kwa ikhlasi, baada ya kujiandaa kuwa kiongozi mwenye mwamko, anayejua namna ya kuwakinaisha vijana, kuwa dini ndio chimbuko la msimamo ulio sawa, ambalo litawapa maisha mema zaidi.

Tatu: Kuufafanua uhakika wa dini, kuufanya mwepesi kufahamika na kuutangaza kwa vitabu, hotuba, makala na matoleo kadhaa. Tumthibitishie mjinga na mwenye shaka kuwavuta kwenye Ukristo kwa kutumia Biblia Takatifu. Yesu anatosheleza kabisa mahitaji ya mwanadamu ya kiroho na ya kimaada; na unaweza kutatua matatizo yake; na kwamba una lengo la kumfanya afaulu katika dunia yake na akhera yake.

Yesu Kristo awabariki sana.
Dr. Maxwell Shimba
Shimba Theological Institute

SURAH YA 01

MAMBO KUMI NA MAWILI YA KUSHANGAZA YA KUACHA UISLAM

Ikiwa unafikiria kuacha Uislamu lakini kwa sababu fulani unasita kufanya hivyo, makala haya ni muhimu sana kwako. Yameandikwa mahususi kwa ajili yako. Tunaelewa mashaka yako. Wakati mwingine, kinachohitajika ni msukumo wa upendo kuelekea mwelekeo sahihi. Tumetoa **MAMBO KUMI NA MAWILI YA KUSHANGAZA** ili kukusaidia kufanya uamuzi sahihi. **MAMBO HAYA KUMI NA MAWILI YA KUSHANGAZA** yanategemea **MAFUNDISHO KUMI NA MAWILI YA KUCHAGULIWA YA UISLAMU.** Tunakuhimiza uyachunguze mafundisho haya. Yasome kwa makini ili kubaini ikiwa bado kuna mantiki ya kubaki kuwa Muislamu baada ya kuyatathmini. Waislamu mara nyingi hudai kuwa Uislamu umejaa mambo ya kushangaza. Tutachunguza baadhi ya mambo haya ya kushangaza. Hata hivyo, mambo ya Kiislamu tutakayojadili hapa ni yale ambayo Waislamu wanajaribu sana kuficha dhidi ya umma. Makala haya ni muhimu kwa Waislamu na wasio Waislamu.

Kabla ya kujadili **MAMBO KUMI NA MAWILI YA KUSHANGAZA YA KUACHA UISLAMU,** tunakuhimiza uzingatie kwa makini ushahidi muhimu kutoka ndani ya

Qur'an yenyewe kuhusu kwa nini Allah hawezi kuwa Mungu wa kweli. Ikiwa kungekuwa na ushahidi madhubuti kuthibitisha dai lake kuwa Mungu wa kweli, Allah angeshatoa ushahidi huu ili kuthibitisha dai lake. Tuchukue mfano wa Yesu Kristo. Ili kuwathibitishia wasioamini kwamba yeye ni Masihi wa kweli, Yesu alitoa ushahidi ufuatao:

Yohana 10:25: Yesu akawajibu: "Nimewaambia, lakini bado hamwamini. Kazi ambazo ninafanya kwa jina la Baba yangu, ndizo zinazoshuhudia kunihusu."

Yesu alitegemea miujiza aliyofanya hadharani kuthibitisha dai lake kuwa yeye ni Masihi aliyeahidiwa. Ni muhimu kukumbuka kwamba miujiza ya Yesu na hadhi yake kama Masihi vinakubaliwa ndani ya Qur'an. (Surah 3:49, Surah 4:171) Yesu alitumia vinavyoonekana (miujiza yake) kuthibitisha visivyoonekana (ukweli wa dai lake kama Masihi). Allah angeweza kufanya vivyo hivyo. Badala yake, Allah alifanya kinyume kabisa. Aliamini visivyoonekana kwa sababu hakuweza kutoa ushahidi wowote wa dhahiri kuthibitisha dai lake kuwa Mungu wa kweli. Ili kuelewa tunachomaanisha kwa hili, tafadhali soma aya ifuatayo ya Qur'an kwa makini. Kutokana na upuuzi wa hali ya juu wa aya hii ya Qur'an, tumetoa tafsiri mbili tofauti:

Surah 21:30: "Je, makafiri hawaoni kwamba mbingu na ardhi zilikuwa kitu kimoja, kisha Sisi tukazitenganisha? Sisi tumefanya kila kilicho hai kutokana na maji. Basi, je, hawataamini?" (S. V. Ahamed)

"Je, makafiri wanaomkana Allah hawaangalii uumbaji wa ulimwengu – mbingu na ardhi! Vyote vilikuwa kitu kimoja nasi tukavipasua vipande viwili na tukafanya kila kiumbe hai kutegemea maji." (Al-Muntakhab)

Je, unaweza kuelewa upumbavu wa swali lililoulizwa na Allah katika aya hii ya Qur'an? Allah anauliza: "Je, makafiri hawaoni kwamba mbingu na ardhi zilikuwa kitu kimoja, kisha Sisi tukazitenganisha?" Je, inawezekana kwa makafiri kushuhudia jambo hili? Soma aya ya Qur'an kwa makini tena. Nguvu yote ya hoja ya Allah kwamba makafiri hawana sababu halali ya kumkana inatokana na dhana yake kwamba walikuwa mashahidi wa tukio hili. Kwa hivyo, aya hii ya Qur'an inaonyesha wazi kwamba kwa vile makafiri walishuhudia tukio hili la mbingu na ardhi kuwa kitu kimoja kabla ya kutenganishwa na Allah, hawana sababu ya kutoamini. Allah hata anaonekana kushangazwa kwa nini makafiri bado hawaamini hata baada ya kushuhudia ushahidi huu wa wazi "kwamba mbingu na ardhi zilikuwa kitu kimoja kabla ya Allah kuzitenganisha."

Ili makafiri "waone kwamba mbingu na ardhi zilikuwa kitu kimoja kabla ya Allah kuzitenganisha," wanapaswa kushuhudia uumbaji wa ulimwengu kwa hatua zake. Hii inamaanisha kuwa makafiri lazima wawepo wakati ambapo mbingu na ardhi zilikuwa kitu kimoja na pia waishi hadi wakati ambapo mbingu na ardhi zilipotenganishwa. Zaidi ya hayo, kwa kuwa wanadamu hawakuumbwa kabla ya uumbaji wa mbingu za kimwili na ardhi, haiwezekani kabisa kwa makafiri kushuhudia jambo hili. Kwa hivyo, Allah anawezaje kuuliza, "Basi, je, hawataamini?"

Ikiwa Qur'ani ingetoa hoja kwa kutumia uumbaji unaoonekana ili kuthibitisha kwa makafiri uwepo wa Muumba asiyeonekana, basi kusingekuwa na kasoro yoyote. Hata hivyo, kwa kuwa inadai kwa njia isiyo ya kimantiki kwamba makafiri wamwamini Allah kwa msingi wa ushahidi usioonekana, imejidhihirisha kuwa ni zao la mungu asiye na maarifa. Kuna kitu chochote kinachoweza kuwa cha kijinga zaidi ya hiki? Je, ushahidi

usioonekana unaweza kutumika kuthibitisha chochote? Je, uwepo wa mtu asiyeonekana unaweza kuthibitishwa na ushahidi ambao pia hauonekani?

Kwa kuwa makafiri hawakuona na hawakuweza kuona kwamba "mbingu na ardhi zilikuwa zimeunganishwa kabla ya Allah kuzitenganisha," basi, kwa mujibu wa hoja iliyotolewa katika aya hii ya Qur'ani, makafiri sasa wanayo sababu halali ya kutoamini katika Allah. Na hali hiyo inakuhusu wewe pia. Kwa hivyo, aya hii ya Qur'ani kwa hakika inakupa sababu madhubuti ya kutoamini katika Allah. Na hii pia inamaanisha kuukataa Uislamu, dini ambayo alihamasisha. Bila shaka ilikuwa upumbavu kwa Allah kuuliza:

"Je, makafiri hawaoni kwamba mbingu na ardhi zilikuwa kitu kimoja, kisha Sisi tukazitenganisha? Basi, je, hawataamini?"

Maswali yaliyoulizwa na Allah si tu kwamba hayana mantiki, bali pia yana makosa makubwa. Ikiwa Allah hawezi hata kuuliza maswali sahihi, je, unadhani anaweza kukupa majibu sahihi? Zaidi ya hayo, je, unaweza kumwamini sasa kwa ajili ya wokovu wako wa milele? Hata hivyo, upuuzi huu ndani ya Qur'ani hauishii hapa. Kuna mengi zaidi. Kwa kweli, Allah anajikanganya mwenyewe. Anajikanganya kwa maneno yale yale aliyoyafunua katika **Surah 21:30.** Sasa hebu tusome maneno yanayopingana ya Allah katika aya ifuatayo ya Qur'ani:

Surah 41:11: "Kisha, aliinuka juu ya mbingu wakati ilikuwa moshi: Na akaziambia mbingu na ardhi: 'Njooni pamoja, kwa hiari au kwa shuruti.' Wakasema: 'Tunakuja pamoja kwa hiari.'" (Syed Vickar Ahamed)

Aya hii ya Qur'ani inaonyesha wazi kwamba katika mchakato wa uumbaji, mbingu na ardhi awali zilikuwepo kando hadi Allah alipowaambia "kuja pamoja." Kwa hiyo, je, mbingu na ardhi zilikuwa zikiishi pamoja kama kitu kimoja kabla ya kutenganishwa na Allah (**Surah 21:30**) au zilikuwepo awali kando kando hadi Allah alipowaamuru kuja pamoja (**Surah 41:11**)? Hili ni moja tu kati ya mifano mingi ya migongano tunayoweza kupata ndani ya Qur'ani. Sasa linganisha upumbavu wa Allah na hekima ya Mungu wa kweli. Mungu Yehova kwa busara alitumia vinavyoonekana kufafanua mambo yasiyoonekana.

Waebrania 3:4: "Kwa kweli, kila nyumba hujengwa na mtu fulani, lakini yeye aliyejenga vitu vyote ni Mungu."

Kwa kutumia mantiki rahisi, Biblia inatoa hoja kwamba kama vile nyumba haiwezi kuwepo yenyewe bila mjenzi (anayeonekana), vivyo hivyo ulimwengu hauwezi kuwepo yenyewe bila Muumba (asiyeonekana). Vinavyoonekana kuthibitisha visivyoonekana. Kwa upande mwingine, Qur'ani kwa kijinga inajaribu kuthibitisha visivyoonekana kwa visivyoonekana. Mbaya zaidi, Qur'ani inawataka makafiri kuwa na imani kwa Allah kwa msingi wa kitu ambacho hakina uwezekano wa kimantiki kwao kukiona. Kwa kushangaza, msingi huo huo wa kutaka tuwe na imani kwa Allah umetupatia sababu halali ya kutoamini kwake. Allah hawezi kabisa kuwa Muumba.

Baada ya kuweka msingi huu, sasa tutakupa **Sababu Kumi na Mbili** za kwa nini ni busara kuacha Uislamu. Ingawa baadhi ya mafundisho yanaweza kuonekana ya kuchekesha au ya kijinga kabisa, yote yanategemea mafundisho halisi ya Uislamu.

HADITHI ZA KUHUSU VITUKO VYA QUR'ANI

Kuna hadithi nyingi za kuvutia za vituko katika Qur'ani. Mojawapo ya hadithi ambazo zimegusa nyoyo za Waislamu wengi ni simulizi ya ajabu ya "Safari ya Muhammad Mbingu Saba" akiwa kwenye mnyama wa kuruka. Waarabu huiita safari hii ya kusisimua ya Muhammad kama **"Al-Miraj."** Hata hivyo, tutaacha hadithi hii ya kuvutia kwa wakati mwingine na kuelekeza fikra zetu kwenye hadithi nyingine ya kushangaza ambayo iko karibu zaidi na dunia. Tutaangazia hadithi ya ajabu inayojulikana kama **"Allah katika Nchi ya Ajabu."** Hadithi hii katika Qur'ani imewavutia watoto na watu wazima kwa vizazi vyote. Hadithi hii ya vituko ilitolewa neno kwa neno na Allah katika Surah ya 27 ya Qur'ani. Tumegawanya hadithi hii ya kusisimua ya **"Allah katika Nchi ya Ajabu"** katika sura mbili.

Sura ya Kwanza: "Allah katika Nchi ya Ajabu"

Mara moja, Qur'ani inatutambulisha kwa jeshi la Mfalme Suleiman. Mbali na wanadamu, jeshi hili linajumuisha Majini na Ndege. Na kuongeza msisimko zaidi, Allah pia aliongeza mhusika wa ajabu wa "Chungu Anayezungumza" katika hadithi hii ya kuvutia ya vituko. Hakika utaguswa na wasiwasi wa dhati wa Chungu huyu ambaye kwa upendo huwaonya wenzake kuhusu hatari yoyote inayowakaribia. Soma jinsi Chungu huyu mwangalifu anavyowaonya wenzao: **"Enyi Chungu! Ingieni kwenye mashimo yenu msije mkakanyagwa na Suleiman na majeshi yake bila wao kujua."** Bila kuchelewa, hebu tuanze.

ALLAH KATIKA NCHI YA AJABU

Sura ya Kwanza

Hapo zamani za kale...

Surah 27:17-19: "Na wakakusanyika kwa Suleiman majeshi yake ya majini, wanadamu na ndege, wakawa wamepangwa safu kwa safu; mpaka walipofika katika Bonde la Chungu, Chungu mmoja akasema: Enyi Chungu! Ingieni katika mashimo yenu, msije mkakanyagwa na Suleiman na majeshi yake bila wao kujua. Na Suleiman akatabasamu, akicheka kwa sababu ya maneno yake, na akasema: Mola wangu, niamshe niwe mwenye kushukuru kwa neema Zako ulizonineemesha mimi na wazazi wangu, na kufanya mema yanayokupendeza." (Pickthall)

Waislamu wengi walionyesha hisia zao za dhati wakati hadithi hii ya kushangaza ya "Chungu Anayezungumza" ilisomwa kwao. Baadhi yao hata walitokwa na machozi. Hadithi hii itakuwa ya kusisimua kusoma, endapo tu haitadai kuwa ni ufunuo wa Mungu kwa kila neno. Lakini sasa tuna tatizo. Mawasiliano kama haya yanawezekana tu pale ambapo kiumbe kina uwezo mkubwa wa kufikiri na akili. Na kuwasilisha taarifa za kina kama hizo kwa chungu wengine kungehitaji mfumo wa lugha unaolingana na akili za binadamu.

Angalia, Chungu huyu hata anaweza kutofautisha kati ya Suleiman na wanajeshi wake. Anajua kwamba mmoja wao ni maalum. Na anajua jina lake ni Suleiman. Chungu huyu hata anajua kwamba Suleiman ni kamanda wa majeshi kwa kuwa anatumia kiwakilishi miliki, **"majeshi yake."** Je, Chungu huyu alipataje kujua haya yote? Je, Suleiman aliwahi kujitambulisha rasmi kwa Chungu huyu hapo awali? Sasa tuna zaidi ya Chungu Anayezungumza. Tuna Chungu Anayezungumza mwenye nguvu za kisaikolojia. Zaidi ya hayo, Chungu huyu pia anajua tofauti kati ya tabia ya makusudi na isiyo ya makusudi. Anajua kwamba majeshi ya Suleiman hayatakanyaga mchwa kimakusudi lakini yanaweza kufanya hivyo **"bila kujua."** Chungu huyu alipataje taarifa hizi zote pamoja na maelezo mengine yote?

Pia, inawezekanaje kwa Suleiman kuelewa kile Chungu alikuwa akisema wakati mchwa hawana lugha ya kuzungumza? Hata kama Waislamu wangedai kuwa Suleiman alipewa uwezo wa kimiujiza wa kuelewa mazungumzo ya mchwa, bado isingewezekana kama hakuna lugha ya kuzungumza iliyopo hapo awali. Lakini kwa nini kuharibu hadithi nzuri ya vituko kwa kutumia mantiki ya kawaida? Ni lazima tukubali kwamba kama si kwa uwepo wa aya za kumwaga damu ndani ya Qur'ani, ingekuwa juu ya hadithi za Grimm. Ingetangazwa kuwa mojawapo ya hadithi bora za kusomea watoto kabla ya kulala. Kama tu Waislamu wasingejilipua na kutuua juu ya hadithi hizi za vituko, tungeweza kukaa kitako na kufurahia hadithi hizi za kushangaza huku tukinywa kahawa. Subiri kidogo, kuna zaidi!

"Ndege Hudhud Anayezungumza"

Katika sura hii, tutasoma hadithi ya kushangaza ya **"Ndege Hudhud Anayezungumza."** Hudhud huyu wa kuvutia si tu kwamba anamwadhimisha na kumsifu Allah, lakini pia anaweza kusoma shahada ya Kiislamu: **"Hakuna mungu ila Allah."** Hata hivyo, hatujaambiwa kama alizaliwa katika familia ya Kiislamu au alisilimu baadaye. Pia hatujaambiwa kama alitahiriwa kama inavyotakiwa na Uislamu au la. Hata hivyo, Allah ndiye anayejua zaidi. Muislamu huyu mwenye mabawa hatavumilia ushindani na wale wanaoabudu wengine badala ya Allah. Kwa kuwa na msingi imara wa maandiko ya Kiislamu, Hudhud huyu anaelewa kuwa ni Shetani anayesababisha watu kugeuka na kuacha kumuabudu Allah.

Mbali na ujuzi wa kidini, Hudhud huyu wa kushangaza pia ana maarifa ya kijiografia. Anajua majina ya nchi anazotembelea. Hata hivyo, kama mshiriki wa kawaida katika jeshi la Suleiman, anaweza kuadhibiwa ikiwa ataondoka bila ruhusa rasmi. Hawezi kuhatarisha kuruka kutoka Yerusalemu hadi Ethiopia bila idhini ya Mfalme Suleiman. Sheria ni sheria. Sasa, soma hadithi ya kushangaza ya **Hudhud Anayezungumza.**

Hapo zamani za kale...

Surah 27:20-30: Suleiman aliwatazama ndege, kisha akasema: "Kwa nini sioni Hudhud au je, ni kwamba yuko miongoni mwa wasiohudhuria? Hakika nitamuadhibu kwa adhabu kali, au nitamuua, au ataleta kwangu sababu ya wazi."

Na Hudhud hakukawia sana, kisha akasema: "Nimefahamu kile ambacho hujakifahamu, na nimekuletea habari ya hakika kutoka Sheba. Hakika, nimekuta mwanamke akiwatawala, naye amepewa mali nyingi na ana kiti cha enzi kikubwa. Nimewakuta yeye na watu wake wakiabudu jua badala ya Allah, na Shetani amewapambia matendo yao na hivyo kuwageuza kutoka kwenye njia sahihi, kwa hivyo hawaongoki. Wao hawainamii kwa Allah, Ambaye hutoa kilichofichika mbinguni na ardhini na anayajua mnayoyaficha na mnayoyadhihirisha: Allah, hakuna mungu isipokuwa Yeye: Yeye ni Mola wa nguvu kuu."

[Suleiman] akasema: "Tutaona kama umesema kweli au kama wewe ni miongoni mwa waongo: Chukua barua yangu hii na uwapelekee, kisha uondoke kutoka kwao na uone watakachojibu."

Naye [Malkia wa Sheba] akasema: "Enyi wakuu! Hakika barua yenye heshima imetolewa kwangu. Hakika ni kutoka kwa Suleiman, na hakika ni kwa jina la Allah, Mwingi wa rehema, Mwenye kurehemu." (Shakir)

Kwa juhudi za kimisionari za Hudhud, hatimaye Malkia wa Sheba alisilimu na kuukubali Uislamu. Yeye na Suleiman wakaishi kwa furaha milele. Mwisho.

Ikiwa tu dunia ingekuwa ya hadithi za kufikirika, simulizi hili lingekuwa la kusisimua sana. Lakini si hivyo. Tukirudi katika ulimwengu halisi, utashangaa kujifunza kwamba Qur'ani yenyewe inakubali kuwa wale waliomfahamu Muhammad binafsi walitambua ukweli kwamba alikuwa akitia "hadithi za kale" katika Qur'ani. Na "hadithi hizi za kale" zilikuwa zinajulikana kwao:

Surah 8:31: "Na wanaposomewa ufunuo wetu wanasema, 'Tumesikia yote haya hapo kabla. Tunaweza kusema kitu kama hiki tukitaka. Haya si chochote ila hadithi za kale.'" (A. Haleem)

Fikiria, Waislamu wako tayari kujiua na kuwaua wengine kwa sababu ya hadithi hizi za kufikirika. Je, bado unaamini kwamba ni busara kubaki katika Uislamu?

Sasa tutasonga mbele kwa jambo jingine la kushangaza zaidi. Wengi, pamoja na Waislamu, hawajui kwamba Uislamu unajulikana sana kwa kugundua ukweli mwingi wa kisayansi wa kushangaza kabla ya wakati wake. **Discovery Channel** inadaiwa mengi na Uislamu. Hebu sasa tuzingatie baadhi ya ugunduzi huu wa kushangaza.

UGUNDUZI WA KISAYANSI WA KUSHANGAZA KATIKA UISLAMU

Kwa mujibu wa Waislamu, ukweli mwingi wa kisayansi usiojulikana ulifunuliwa katika Maandiko ya Kiislamu, ambayo ni pamoja na Qur'an na Hadith. Hata hivyo, kwa sababu ya mipaka ya muda na nafasi, tutajadili mifano miwili tu. Tutaangazia ugunduzi wa kushangaza wa kisayansi kuhusu kwa nini tunapata joto kali wakati wa kiangazi na baridi kali wakati wa msimu wa baridi.

Sahih Bukhari, Juzuu ya 4, Kitabu cha 54, Hadithi ya 482:
Imesimuliwa na Abu Huraira: Mtume wa Allah alisema, "Moto wa Jahannamu ulilalamika kwa Mola wake ukisema, 'Ee Mola wangu! Sehemu zangu tofauti zinajila zenyewe.' Kwa hivyo, Aliuridhia uchukue pumzi mbili, moja wakati wa baridi na nyingine wakati wa kiangazi, na hii ndiyo sababu ya joto kali na baridi kali mnayopata katika hali ya hewa."

Kwa bahati nzuri, tuna Mtume wa Uislamu kutufahamisha sababu ya joto kali wakati wa kiangazi na baridi kali wakati wa msimu wa baridi. Malalamiko ya Moto wa Jahannamu kwa Mola wake yalisababisha hali hizi kali za joto kwa wanadamu. Na unadhani ni nani Mola wa Moto wa Jahannamu? Katika Uislamu kila kitu kinaongea. Moto wa Jahannamu, ndege, mchwa, mawe, miti, miamba, n.k.

Sunan At-Tirmidhi, Juzuu ya 6, Kitabu cha 46, Hadithi ya 3624:
Mtume alikumbuka tukio ambapo jiwe lilimsalimia kabla ya safari yake ya Isra na Miraaj. Alisema, "Hakika, huko Makkah kuna jiwe lililokuwa likinipa Salaam wakati wa usiku wa kuja kwangu, na bado nalijua hadi sasa."

Leo hii kuna taasisi maalum kwa wale wanaotoa madai kama haya. Sasa, hebu tuangalie ugunduzi wa kisayansi wa kushangaza kuhusu milima angani:

Surah 24:4: "Je, huoni kwamba Mungu husogeza mawingu polepole, huyaunganisha pamoja, huyaweka juu, na kisha unaweza kuona mvua ikitoka humo? Yeye huteremsha mvua ya mawe kutoka milima angani. Kwa hiyo Yeye humgusa au kumlinda dhidi yake yeyote amtakaye. Umeme karibu unaweza kuchukua macho."

Aya ya Qur'ani hapo juu inaelezea wazi kwamba mvua ya mawe hutokea kutoka kwenye milima angani. Kwa kumbukumbu, mvua ya mawe hutengenezwa katika mawingu aina ya **cumulonimbus** wakati hewa yenye nguvu inapoinua matone ya maji hadi kwenye urefu ambapo yanaganda. Hata hivyo, Qur'ani kwa makosa inahusisha utengenezaji wa mvua ya mawe na milima isiyoonekana angani.

Hatujui iwapo ni joto la jangwa au aina fulani ya mimea ya jangwani iliyochochea mafundisho haya ya kushangaza katika Qur'ani. Je, mafundisho kama haya yanaweza kweli kutoka kwa Mungu wa kweli? **Hapana kabisa!** Je, ni busara kubaki katika Uislamu? **Hapana kabisa!**

Sasa, hebu tugeukie mada ya kupendeza ya upendo. Je, Allah anawapenda viumbe wake?

JE, ALLAH ANAWAPENDA VIUMBE WAKE?

Wakati unazungumza na marafiki zako Waislamu, jaribu kuwauliza maswali rahisi yafuatayo. Tumetoa majibu ya kawaida ambayo Waislamu hutoa kwa maswali haya ya moja kwa moja.

Je, Allah aliumba ulimwengu na kila kitu kilichomo? Muislamu: "Bila shaka!"

Je, Allah anawapenda viumbe wake aliowaumba?
Muislamu: "Mara sabini zaidi ya mama!"

Je, Allah anawapenda viumbe wake wote? Muislamu: "Ndiyo. Bila shaka kabisa!"

Je, Allah anawapenda Nguruwe? Muislamu: "Hmm…"

Sababu inayowafanya Waislamu wasijibu swali la mwisho ni kwa sababu wanajua litasababisha mgongano wa kimantiki. Uislamu unafundisha kwamba Yesu atakaporudi tena, ataua nguruwe wote.

Sahih Bukhari, Juzuu ya 3, Kitabu cha 34, Hadithi Namba 425:
Imesimuliwa na Abu Huraira: Mtume wa Allah alisema, "Naapa kwa Yule Ambaye nafsi yangu iko mikononi Mwake, mwana wa Maryam (Yesu) atashuka hivi karibuni miongoni mwenu watu (Waislamu) kama mtawala wa haki, na atavunja Msalaba, ataua nguruwe, na kuondoa Jizya."

Kwa hiyo, ikiwa wangejibu **Ndiyo**, swali linakuja: kwa nini basi Allah ana nia kubwa ya kuua nguruwe wote ikiwa anawapenda? Hata hivyo, ikiwa jibu lao ni **Hapana**, basi wangekuwa wanapingana na imani yao ya awali kwamba Allah anawapenda viumbe wake wote.

Kwa kuwa Allah anapaswa kuwapenda viumbe wake wote, je, hili halijumuishi pia nguruwe? Waislamu wote, bila ubaguzi, wanaamini kwamba Allah ndiye aliyewaumba nguruwe. Ikiwa nguruwe wanastahili kuangamizwa, kwa nini basi waliumbwa mwanzoni? Je, obsession ya Allah ya kuua nguruwe wote haithibitishi kwamba alifanya makosa kwa kuwaumba viumbe hawa masikini? Je, Allah anajaribu kwa bidii kurekebisha kosa lake?

Kwa kweli, hatuamini kwamba Allah aliumba chochote. Tunatumia hoja hii tu ili kuthibitisha upuuzi wa msimamo wa Kiislamu. Je, unafikiri bado ni busara kubaki katika Uislamu?

Sasa tutasonga mbele kwa suala la maana zaidi. Wengi hawajui kwamba Uislamu una miungu wawili.

MIUNGU MIWILI KATIKA UISLAMU

Wakati Muislamu anapokuwa akifanya sala (swala), ni haramu kwake kuitikia yeyote anayemkatiza sala yake. Waislamu, kwa heshima kwa Allah, hawatamkatiza Muislamu mwenzao anapokuwa akisali. Hata hivyo, Muhammad ni tofauti katika sheria hii. Anawaambia Waislamu kwamba hata wanapokuwa wanasali kwa Allah, lazima wamtikie anapowaita. Muhammad alitumia **Surah 8:24** kuhalalisha dai lake.

Surah 8:24: "Enyi mlioamini! Itikieni mwito wa Allah na Mtume wake anapowaita kwenye yale yanayokupa uhai; na jueni kwamba Allah huingia kati ya mtu na moyo wake, na kwamba Kwake mtakusanywa." (Shakir)

Hebu tazama kwa makini jinsi Mtume wa Uislamu alivyobainisha wazi maana na matumizi ya aya hiyo ya Qur'ani.

Sahih Bukhari, Juzuu ya 6, Kitabu cha 60, Hadithi Namba 226:
Imesimuliwa na Abu Said Al-Mualla: Nilipokuwa ninasali, Mtume alipita na kunita, lakini sikuenda kwake mpaka nilipomaliza sala yangu. Nilipokwenda kwake, alisema, "Ni nini kilikuzuia kuja?" Nikasema, "Nilikuwa ninasali." Akasema, "Je, Allah hakusema, 'Enyi mlioamini! Itikieni mwito wa Allah na wa Mtume wake.'" (**Surah 8:24**)

Sahih Bukhari, Juzuu ya 6, Kitabu cha 60, Hadithi Namba 1:
Imesimuliwa na Abu Said bin Al-Mu'alla: Nilipokuwa ninasali Msikitini, Mtume wa Allah alinita lakini sikumwitikia. Baadaye nikasema, "Ewe Mtume wa Allah! Nilikuwa ninasali." Akasema, "Je, Allah hakusema – Itikieni mwito wa Allah (kwa kumtii) na wa Mtume wake anapokuita." (**Surah 8:24**)

Hii inathibitisha kwamba Waislamu wanapaswa kumheshimu Muhammad kuliko Allah. Kwa nini tunasema hivyo? Kwa juu juu, inaweza kuonekana kwamba Muhammad alikuwa anadai tu haki ya kukatiza sala za Waislamu. Hata hivyo, kuna jambo zaidi. Ni muhimu kutambua kwamba kila wakati Muhammad anapokatiza sala ya Muislamu, pia anakatiza Allah kupokea sala hiyo. Hii inamaanisha kwamba Muhammad ana mamlaka hata ya kumkatiza Allah kupokea sala za waumini wake. Kati ya Allah na Muhammad, Waislamu wanamriwa maalum kumpa kipaumbele Muhammad hata inapohusu kitu kitakatifu kama ibada kwa Allah. Je, hii si aina fiche ya ushirikina? Je, hili halimpandishi Muhammad katika nafasi sawa au hata zaidi ya Allah?

Shahada ni tamko la imani ya Kiislamu. Ni nguzo ya kwanza na muhimu zaidi kati ya Nguzo Tano za Uislamu. Ni ushuhuda wa imani ya Kiislamu unaotamka: **"Hakuna mungu ila Allah na Muhammad ni mjumbe wake."** Yeyote asiyesoma Shahada si Muislamu. Hata hivyo, Muislamu hawezi kuwa Muislamu kwa kutaja jina la Allah pekee wakati wa kusoma Shahada. Ili Shahada yake iwe halali, ni lazima Muislamu amtaje pia Muhammad. Kumwamini Allah pekee hakutoshi kuwa Muislamu. Muislamu lazima pia amwamini Muhammad:

Surah 49:15: "Waumini ni wale tu wanaomwamini Allah na Mtume wake." (Shakir)

Kumwamini Allah pekee na kuachana na mafundisho ya Muhammad kutasababisha kupoteza maelezo muhimu yanayohitajika kwa wokovu wa Waislamu. Hii ni kwa sababu Qur'ani haina masharti yote yanayohitajika kwa Muislamu kuishi imani yake. Kwa hiyo, Muislamu wa kweli lazima pia ajifunze na kutii **Sunnah** (maneno na matendo) ya Muhammad ili kufuata Uislamu. Kwa kweli, Muislamu hawezi kufikia Pepo ikiwa haamini Sunnah ya Muhammad. Kwa hivyo, mafundisho ya Muhammad yanapandishwa hadi kiwango sawa na mafundisho ya Allah katika Qur'ani. Ili kuepuka Moto wa Jahannamu, Muislamu lazima amtii Allah na Muhammad.

Surah 4:14: "Na anayemuasi Allah na Mtume wake na kupindukia mipaka yake, Atamwingiza Motoni akae humo milele, na atapata adhabu ya kudhalilisha." (Shakir)

Bila shaka, Waislamu watakataa kwa nguvu dai kwamba kwa hakika wanamwabudu Muhammad. Hata hivyo, hali halisi inakanusha dai lao. Katika utekelezaji wa imani, Waislamu wanachanganya maneno ya Allah na maneno ya mwanadamu. Na kwa kuyatambua yote mawili kama yanayofungamana kwa wokovu wao, Waislamu wanampandisha Muhammad hadi hadhi ya Allah. Ikiwa mafundisho ya Muhammad yangeandikwa ndani ya Qur'ani, basi kusingekuwa na sababu halali ya kupinga. Hata hivyo, kwa kuwa mafundisho yake hayajumuishwi ndani ya Qur'ani, hii inathibitisha kwamba Waislamu kwa kweli wanatii mafundisho yanayotokana na vyanzo viwili tofauti. Vyanzo hivyo viwili ni Qur'ani na Hadith. Bila shaka, Waislamu watasema kwamba mafundisho haya mawili yanakamilishana. Je, ni kweli?

Inaweza kushangaza kujifunza kwamba katika hali maalum, mafundisho ya Muhammad yanapewa kipaumbele juu ya mafundisho ya Allah yanapopingana. Kwa mfano, idadi ya sala za kila siku ambazo Muislamu anapaswa kusali. Qur'ani inabainisha sala tatu tu kwa siku kwa Waislamu. Hata hivyo, Muhammad alibadilisha idadi hiyo kuwa sala tano kwa siku kupitia Hadith. Kwa hivyo, mafundisho yake katika Hadith yanachukua nafasi ya mafundisho ya Allah katika Qur'ani. Leo, Waislamu kote ulimwenguni wanasali mara tano kwa siku. Muhammad alipingana na mafundisho ya Allah katika Qur'ani na akashinda.

Miungu miwili ni mingi kupita kiasi. Hili ni dhahiri ushirikina. Je, bado unadhani ni busara kubaki katika Uislamu? Baada ya kujadili jinsi Muhammad alivyokatiza sala, sasa hebu tuchunguze tabia yake ya kimaadili ikilinganishwa na nabii mwingine mkuu wa Mungu.

MAUAJI YA MAMA MJAMZITO

Uislamu unasimama na kuanguka kwa tabia ya Muhammad. Kama nabii wa pekee wa Uislamu, uhalali wa Uislamu unategemea sana uadilifu wa kimaadili wa Muhammad. Hii inamaanisha kwamba ikiwa sifa ya Muhammad itawekwa mashakani, basi Uislamu hujiharibu yenyewe. Kwa kushangaza, ushahidi kutoka kwa vyanzo vya Kiislamu wenyewe unamvua sifa ya kuwa nabii wa kweli wa Mungu. Kwa ajili ya wokovu wako wa milele, ni busara kukabiliana na kuchunguza masuala yanayohusu tabia ya kimaadili ya Muhammad. Hebu sasa tuchunguze tukio lililotokea wakati wa maisha ya Muhammad. Akaunti ifuatayo ya kusikitisha inathibitisha kwamba Muhammad alikubali mauaji ya mama mjamzito aliposikia kuwa alimkosoa.

Sunan Abu-Dawud, Kitabu cha 38, Hadithi Namba 4348:
Imesimuliwa na Abdullah Ibn Abbas: Mtu kipofu alikuwa na mjakazi ambaye alikuwa akimtukana na kumdharau Mtume. Aliikataza, lakini hakuacha. Aliikemea, lakini hakubadilika. Usiku mmoja alianza kumtukana na kumdharau Mtume. Hivyo basi, akachukua kisu, akakiweka tumboni mwake, na kumchoma hadi akamwua. Mtoto aliyekuwa kati ya miguu yake akachafuliwa na damu iliyokuwa pale. Asubuhi ilipofika, Mtume alifahamishwa kuhusu tukio hilo.

Akaikusanya watu na kusema: Naapa kwa Allah, yeyote aliyehusika na tendo hili aje mbele yangu. Mtu huyo, akiwa anatetemeka, aliruka kupitia shingo za watu na kusimama mbele ya Mtume. Aliketi mbele ya Mtume na kusema: Ewe Mtume wa Allah! Mimi ni bwana wake; alikuwa akikutukana na kukudharau. Nilimkataza, lakini hakuacha, na nilimkemea, lakini hakubadilika. Nina watoto wawili kama lulu kutoka kwake, na alikuwa mwandani wangu. Usiku uliopita alianza kukutukana na kukudharau. Hivyo basi, nikachukua kisu, nikakiweka tumboni mwake, na kumchoma hadi nikamwua. Ndipo Mtume akasema: Jueni kwamba hakuna kisasi kinachostahili kwa damu yake.

Unyama gani! Je, hakuna thamani ya maisha ya mtoto na mama kwa Mtume wa Uislamu? Muhammad alikubali bila haki mauaji ya mama mjamzito na mtoto wake asiyekuwa amezaliwa kwa sababu muuaji alisema kuwa alimkashifu Mtume wa Uislamu. Je, nabii wa kweli wa Mungu anaweza kuidhinisha mauaji ya kikatili ya mama na mtoto wake? Je, maisha ya mtoto asiye na hatia hayana maana kwake? Mauaji ya mara mbili yamefanyika, na Muhammad hakuchunguza hata kuthibitisha kama muuaji alikuwa anasema ukweli au la ili kuepuka adhabu. Uamuzi wa Muhammad ulitokana tu na kauli ya muuaji. Muhammad aliweka mfano mbaya.

Waislamu sasa wataona kuwa ni halali kuua yeyote anayemtukana Mtume wao. Na Waislamu wanatekeleza hilo.

Sasa linganisha jinsi Yesu alivyoshughulikia kosa kubwa zaidi lililotendwa dhidi yake. Angalia jinsi alivyotenda kwa wale waliokuja kumkamata, jambo lililosababisha kifo chake kwa kusulubiwa. Chunguza tofauti kati ya chuki mbaya ya Muhammad na sifa bora ya upendo iliyoonyeshwa na Yesu. Wakati umati mkubwa ulipokuja na panga na marungu kutoka kwa makuhani wakuu kumkamata Yesu, mmoja wa wanafunzi wake alijitokeza kumtetea. Fuata simulizi hili katika Biblia:

Mathayo 26:51: "Na mara moja, mmoja wa wale waliokuwa pamoja na Yesu akavuta upanga wake, akampiga mtumwa wa kuhani mkuu na kumkata sikio."

Yesu alitendaje?

Mathayo 26:52-53: "Ndipo Yesu akamwambia: Rudisha upanga wako mahali pake, kwa maana wote watakaoshika upanga, wataangamia kwa upanga."

Yesu hakuidhinisha kitendo cha vurugu cha mwanafunzi wake hata kama kilifanyika kumlinda. Kwa kweli, alimkemea mwanafunzi wake kwa tendo lake la haraka. Zaidi ya hayo, kwa upendo alitibu sikio lililojeruhiwa la mtu yule aliyekuja pamoja na wale waliotaka kumkamata. Hivyo ndivyo upendo wa Yesu Kristo ulivyo. Hebu fikiria jinsi Yesu angeitikia kwa nguvu zaidi ikiwa mwanafunzi wake angemwua mtu yule badala ya kumjeruhi. Ikiwa Yesu hakukubali hata kujeruhiwa kwa mtu yule, angeidhinisha mauaji yake? Kamwe!

Luka 22:51: "Yesu akaligusa sikio la yule mtu, akamponya."

Hizi ndizo alama za nabii wa kweli wa Mungu. Kwa mfano wake, Yesu aliwafundisha Wakristo njia bora zaidi ya upendo. Na kwa mfano wake, Muhammad aliwafundisha Waislamu kuchukia na kuua wote wanaoikosoa Uislamu. **Hakuna kipofu zaidi ya yule asiyeona.** Ushahidi uliotolewa hapa unapaswa kutosha kukusaidia kufanya uamuzi sahihi. Unapaswa kukuchochea kuondoka katika dini hii ya kifo.

Sasa tutatoka kwenye mauaji na kuelekea kwenye suala la wizi. Hili litakupa sababu nyingine yenye nguvu ya kuacha Uislamu.

ALLAH BABA NA NABII MWIZI

Wengi wanajua hadithi maarufu ya Kiarabu: "**Ali Baba na Wezi Arobaini.**" Hata hivyo, wengi hawajui hadithi ya kushangaza zaidi iliyopo katika Qur'ani. Hadithi hii inahusu tukio halisi la kihistoria kuhusu Allah Baba na Nabii Mwizi. Hadithi hii imewekwa kihistoria katika **Surah ya 8** ya Qur'ani, inayojulikana pia kama **"Al-Anfal"** kwa Kiarabu. **"Al-Anfal"** inamaanisha **"Nyara za Vita."** Hebu tuanze kwa kuangalia msingi wa kihistoria wa hadithi hii katika Qur'ani.

Mwanzo wa Ujambazi

Kabla ya kuja kwa Uislamu, makabila ya Kiarabu yalikuwa yakivamiana na kupora mali za wenzao. Makabila haya ya kipagani mara nyingi pia yaliwateka wake na watoto wa wale walioshindwa. Wanawake walibakwa mara kwa mara, na watoto walitekwa au kuuzwa. Uvamizi na uporaji vilikuwa maisha ya kawaida kwa makabila haya ya kikatili. Hata hivyo, kwa miezi minne ya mwaka, waliepuka vita kwa sababu kipindi hiki kilichukuliwa kuwa kitakatifu. Utamaduni huu wa **"Miezi Mitakatifu"** uliingizwa katika mafundisho ya

Qur'ani, na rejeleo la **"Miezi Mitakatifu"** linaweza kupatikana katika **Surah 9:5.**

Uanzishaji wa Wizi chini ya Muhammad

Alipohamia Madina, wafuasi wa Muhammad walikuwa hasa ni watumwa na vijana waliokuwa wametengwa na jamii. Walikuwa masikini. Ili kuhakikisha kuwa wafuasi wake wanabaki katika dini yake mpya, Muhammad aliwahimiza kushambulia misafara na vijiji ili kupata riziki yao. Maadili ya Waarabu yalikuwa ya chini kiasi kwamba hakuna aliyehoji "Nabii wa Mungu" kushiriki katika wizi. Badala yake, walihusisha mafanikio ya Muhammad ya kupora mali na msaada wa kimungu. Watu wa kipagani waliamini kwamba nguvu ni haki.

Allah Baba aliwaahidi Waislamu mali nyingi kupitia uporaji. Hii inaonyeshwa wazi katika aya zifuatazo za Qur'ani:

Surah 48:19-20: "Na nyara nyingi watakazozitwaa. Na Allah ndiye Mwenye nguvu, Mwenye hekima. Allah amekuahidi nyara nyingi utakazozitwaa, na amekuharakishia hii, na amezuia mikono ya watu isikudhuru, ili iwe ni ishara kwa Waumini, na ili akuongoze katika njia iliyonyooka." (Pickthall)

Aya hizi za Qur'ani zinaonyesha wazi kwamba mafanikio ya wizi huo kwa msaada wa kimungu wa Allah ni "ishara kwa waumini." Na wizi ni mojawapo ya njia ambazo Allah Baba anawaongoza Waislamu kwenye "Njia Iliyonyooka."

Hii inathibitisha kwamba Allah Baba si Mungu wa Ibrahimu, Isaka, na Yakobo. Mungu wa kweli, Yehova, alipotoa Amri Kumi kwa taifa la kale la Israeli, alisema:

Kutoka 20:15: "Usiibe."

Wakati Allah anahimiza wizi, Yehova aliwaamuru waabudu wake kujiepusha kabisa na tabia hiyo ya udhalilishaji.

Mfano wa Kihistoria kutoka kwa Al-Tabari

Al-Tabari, Juzuu ya 7, Ukurasa wa 29: "Abu Sufyan alikuja kutoka Syria akiwa na wapanda farasi karibu sabini kutoka koo zote za Quraysh. Walikuwa wakifanya biashara Syria na walikuja pamoja na fedha zao na bidhaa zao. Mtume wa Mungu na wafuasi wake walipata habari kuhusu wao.

"Baadaye, Abu Sufyan na wapanda farasi wa Quraysh waliokuwa naye walirudi kutoka Syria wakifuata njia ya pwani. Mtume wa Mungu aliposikia habari zao aliwaita wafuasi wake na kuwaambia kuhusu mali walizokuwa nazo na idadi yao ndogo. Waislamu walitoka kwenda kuwazuia Abu Sufyan na wapanda farasi waliokuwa naye.

"Abu Sufyan aliposikia kwamba wafuasi wa Mtume wa Mungu walikuwa njiani kuwazuia, alituma ujumbe kwenda Quraysh akisema, 'Muhammad na wafuasi wake wanakuja kuwavamia msafara wenu, kwa hivyo linda bidhaa zenu.'"

Amri ya Kugawanya Nyara

Muhammad hata aliwahamasisha Waislamu kwa aya ya Qur'ani kueleza jinsi mali zilizoporwa zinavyopaswa kugawanywa:

Surah 8:1: "Wanakuuliza kuhusu nyara za vita. Sema: Nyara ni za Allah na Mtume wake." (Muhammad Taqi Usmani)

Hapa tunaona **Allah Baba**—ambaye Waislamu wanaamini ni Muumba wa ulimwengu—akidai sehemu ya mali zilizoporwa. Je, Mungu wa kweli atadai sehemu ya mali zilizoporwa kutoka kwa wengine? **Hapana kabisa!**

Wasifu wa Kwanza Kabisa wa Muhammad

Wasifu wa kwanza kabisa wa Muhammad uliandikwa na **Ibn Ishaq** (704 BK - 767 BK). Wasifu huu unajulikana kama **"Sirat Rasul Allah."** Kwenye ukurasa wa 288, tunakutana na simulizi ya kuvutia kuhusu mgawanyo wa nyara zilizoporwa baada ya Allah Baba kuhalalisha wizi. Tazama lugha ya wazi kabisa iliyotumiwa na Mwandishi huyu wa Historia:

Ishaq:288
"Allah aligawanya nyara zilizoporwa kutoka kwa msafara wa kwanza baada ya kuhalalisha nyara. Aliwapa sehemu nne ya tano wale aliowaruhusu kuichukua, na moja ya tano kwa Mtume wake."

Kinachoshangaza zaidi kuliko kuhalalishwa kwa wizi katika Uislamu ni uamuzi wa Waislamu kuendelea kubaki katika dini hii hata baada ya kufahamu ukweli kuhusu tabia ya kihalifu ya Allah na Mtume wake. Muda mrefu kabla Qur'ani kufunuliwa, Mungu wa kweli alitoa onyo lifuatalo:

1 Wakorintho 6:9-10: "Au hamjui ya kuwa watu wasio waadilifu hawatarithi Ufalme wa Mungu? Msidanganyike. Wale walio na mwenendo wa uasherati, waabudu sanamu, wazinzi, wanaume wanaojihusisha na matendo ya ushoga, wanaume wanaofanya ushoga, wezi, watu wenye tamaa, walevi, wenye matukano, na wanyang'anyi hawatarithi Ufalme wa Mungu."

Allah na Yehova si sawa, kinyume na madai ya baadhi ya Waislamu ambayo hutumiwa kwa hila kuwavuta watu kuingia katika Uislamu. Mafundisho ya Yehova huinua maadili ya waabudu wake. Kwa upande mwingine, Allah hushusha maadili ya Waislamu kwa kuwafanya kuwa wezi wa kawaida na wahalifu. Je, ni busara kweli kuendelea kubaki katika Uislamu?

Waislamu humchukulia Muhammad kama mfano mkamilifu wa wanadamu. Kwa kweli, wanaamriwa kuiga mwenendo wake. Hebu sasa tuchunguze jinsi mwenendo na mafundisho ya ajabu ya Muhammad yamevuka muda na mabara na kuendelea kuwa na athari kwa Waislamu kote ulimwenguni hadi leo.

USHASHA WA MUHAMMAD KWA WAISLAMU

Ayatollah Ruhollah Khomeini alikuwa kiongozi mkuu wa kidini wa Jamhuri ya Kiislamu ya Iran (1979-1989). Alijulikana kwa uwezo wake wa kipekee wa kukariri Maandiko ya Kiislamu. Si kwamba tu aliinua mafundisho ya Muhammad, bali pia aliheshimu mifano iliyowekwa na Mtume wa Uislamu. Kwa hivyo, ili kuelewa mafundisho ya Ayatollah Ruhollah Khomeini, lazima kwanza tuelewe maadili ya Mtume wa Uislamu.

Sahih Bukhari, Juzuu ya 7, Kitabu cha 62, Hadithi ya 15: Imesimuliwa na Aisha: Mtume wa Allah alisema kwangu, "Umekwisha onyeshwa kwangu mara mbili katika ndoto zangu. Mtu alikuwa akikubeba katika kitambaa cha hariri na kuniambia, 'Huyu ni mke wako.' Nilifungua kitambaa hicho, na tazama, ulikuwa ni wewe. Nikasema moyoni mwangu, 'Ikiwa ndoto hii ni kutoka kwa Allah, Atahakikisha inatimia.'"

Aisha alikuwa bado mtoto mchanga wakati Muhammad alipoota ndoto hii—mara mbili. Mtume wa Uislamu alishikwa na msisimko mkubwa alipoambiwa: "**Huyu ni mke wako.**" Angalia jibu lake la haraka: "**Tazama, ulikuwa ni wewe.**" Angalia pia matamanio ya kina katika maneno aliyosema: "**Ikiwa ndoto hii ni kutoka kwa Allah, Atahakikisha inatimia.**" Kuwazia hata mtoto kama mke ni jambo la kuchukiza na lisilokubalika. Ikiwa hili si wazo la kihisia la Muhammad, basi ni nini?

Waislamu wanaweza kusema kwamba ilikuwa tu ndoto ambayo Muhammad hakuwa na udhibiti nayo. Kweli? Hebu sasa tumpime mtu huyu katika maisha halisi. Kwa bahati mbaya kwa Waislamu, Aisha hakuwa mtoto pekee ambaye Muhammad aliweka macho yake juu yake. Mnyonyaji huyu wa kingono pia aliweka macho yake kwa watoto wengine wawili wachanga—katika maisha halisi.

Ibn Ishaq: Suhayli, ii. 79: "Katika simulizi ya Yunus Ibn Ishaq imeandikwa kwamba Mtume alimwona (Ummu'lFadl) alipokuwa mtoto akitambaa mbele yake na kusema, 'Akikua na mimi bado niko hai, nitamuoa.' Lakini alikufa kabla ya msichana huyo kukua, na Sufyan b. al-Aswad alimuoa, na walizaa Rizq na Lubab..." (Tafsiri ya **Sirat Rasul Allah** na A. Guillaume)

Musnad Ahmad, Hadithi Namba 25636: Muhammad alimwona Um Habiba binti Abbas alipokuwa bado katika umri wa kunyonyeshwa na akasema, "**Akipokua na mimi bado niko hai, nitamuoa.**" (Chanzo: **Hadith.Al-Islam.com**)

Je, ni mtu wa aina gani anayemtazama mtoto mdogo anayetambaa au mtoto anayenyonyeshwa na kueleza hamu yake ya kumwoa? Alikuwa akiwaza nini alipotoa maneno haya? Je, hizi simulizi hazitoi ushahidi wa wazi kwamba

Muhammad alivutiwa na watoto wachanga mara tu alipowaona? Vinginevyo, kwa nini angeonyesha hamu ya kuwaoa?

Hapa tuna matukio mawili, mbali na Aisha, ambapo mtu aliyekuwa na zaidi ya miaka hamsini aliweka macho yake kwa watoto wawili wachanga kwa nia ya ndoa. Kwa bahati nzuri, watoto hawa wawili waliepuka mnyonyaji huyu. Kwa bahati mbaya kwa Aisha, hakufanikiwa. Muhammad aliweza kumuoa akiwa na umri wa miaka sita tu. Alikuwa na miaka hamsini na moja.

Sahih Bukhari, Juzuu ya 7, Kitabu cha 62, Hadithi ya 64: Imesimuliwa na Aisha: Kwamba Mtume alimuoa alipokuwa na miaka sita, na aliitekeleza ndoa yao alipokuwa na miaka tisa, na kisha akaishi naye kwa miaka tisa (yaani, hadi kifo chake).

Baada ya kujifunza kuhusu matamanio ya kingono na mwelekeo wa Muhammad, tunaweza sasa kuelewa vizuri jinsi kiongozi wa Kiislamu anayeheshimiwa kama Ayatollah Khomeini anaweza kueneza mafundisho ya kimaadili ya kiwango cha chini kama yale yanayoelezwa hapa chini.

Ayatollah Khomeini alisema katika matamko yake rasmi: "Mwanaume anaweza kuridhisha tamaa zake za kingono na mtoto mdogo, hata mchanga. Hata hivyo, hafai kumuingilia. Kumwingilia mtoto mchanga ni halali (halal) kulingana na Sharia. Ikiwa mwanaume atamwingilia na kumuumiza mtoto huyo, basi anapaswa kumhudumia maisha yake yote. Hata hivyo, msichana huyu hahesabiki kama mke wake wa kudumu miongoni mwa wake wake wanne. Mwanaume hatahitimu kumwoa dada wa msichana huyo."

Katika "**Tahrirolvasyleh**" (Juzuu ya 4), Khomeini alifafanua dhana ya "**Kujinai kwa mapaja**" kwa maneno yafuatayo: "Kujinai kwa mapaja ni njia ya mwanaume mzima kufurahia msichana mdogo bado katika umri wa kunyonya, yaani, kuweka sehemu zake za siri kati ya mapaja yake na kumbusu."

Haya ndiyo matunda ambayo Waislamu wanavuna kutokana na mafundisho na mwenendo wa Muhammad. Kile Muhammad alifundisha kwa maandishi, Ayatollah alikiwasilisha kwa rangi kamili. Kusema kuwa haya ni ya kuchukiza ni kusema kidogo.

Je, bado unaamini kuwa ni busara kubaki katika dini isiyo na maadili kama hii? Sasa tutaelekea kwenye ukweli mwingine wa kushangaza katika Uislamu. Moja ya sifa dhahiri za Usanamu ni Imani za Kishirikina. Je, hili pia ni kweli kwa Uislamu? Hebu tuone!

JICHO LA UBAYA

"Jicho la ubaya" ni mtazamo ambao unahusishwa na imani ya kishirikina katika tamaduni nyingi kwamba linaweza kusababisha madhara au matatizo kwa mtu anayelengwa, kwa sababu ya wivu au chuki. Hii ni imani ya kipagani ambayo imekuwepo kwa karne nyingi kabla ya kuja kwa Uislamu. Kama wapagani, Muhammad pia aliamini katika ushawishi wa "**jicho la ubaya.**" Jicho la ubaya limetajwa katika aya zifuatazo za Qur'ani:

Surah 68:51: "Na wale wanaokanusha ukweli wanaposikia mawaidha, karibu wakuangushe kwa macho yao ya ubaya. Na wanasema: 'Hakika yeye ni mwendawazimu.'" (W. Khan)

Surah 113:1-5: "Sema: 'Najikinga kwa Mola wa alfajiri, Na shari ya alichokiumba, Na shari ya giza linalopenya, Na shari ya wale wanaopuliza mafundoni, Na shari ya mwenye wivu anapoonea wivu.'" (Shakir)

Muhammad hakuamini tu katika ushawishi wa **"jicho la ubaya,"** bali pia aliidhinisha katika mafundisho ya Uislamu.

Sahih Muslim, Kitabu cha 026, Hadithi Namba 5426:
Abu Huraira alisimulia Hadithi nyingi kutoka kwa Mtume wa Allah na alisema kwamba Mtume wa Allah alisema: **Ushawishi wa jicho la ubaya ni jambo la kweli.**

Sahih Muslim, Kitabu cha 026, Hadithi Namba 5427:
"Ushawishi wa jicho la ubaya ni jambo la kweli; ikiwa kuna kitu kingetangulia hatima, kingekuwa ni ushawishi wa jicho la ubaya."

Sahih Muslim, Kitabu cha 026, Hadithi Namba 5450:
Umm Salama, mke wa Mtume wa Allah, alisimulia kwamba Mtume wa Allah alimwambia msichana mdogo aliyekuwa nyumbani kwa Umm Salama kwamba alikuwa akiona madoa meusi usoni mwake na akamwambia kwamba hilo lilitokana na ushawishi wa jicho la ubaya, na akashauri apate matibabu kwa kutumia maneno ya dua ili uso wake usafishwe.

Qadi Abu Bakr Ibn al-Arabi al-Maliki, mtaalamu mashuhuri wa Sheria ya Kiislamu, alieleza kwamba ni kwa mapenzi ya Allah kwamba athari za **"jicho la ubaya"** zinampata mtu. Alisema kwamba wakati mwingine Allah huumba madhara kutokana na jicho la ubaya la wenye wivu. Kwa kweli, wanazuoni wa zamani na wa sasa wa Kiislamu wanaamini katika ushawishi wa **"jicho la ubaya."** Walipoulizwa kuhusu jicho la ubaya, walitoa ufafanuzi ufuatao:

"Neno la Kiarabu al-'ayn (linalotafsiriwa kama jicho la ubaya) linahusiana na hali ambapo mtu anadhuru mwingine kwa macho yake. Huanza wakati mtu anapenda kitu, kisha hisia zake mbaya zinakiathiri kupitia kumtazama mara kwa mara kwa wivu. Allah alimwamuru Mtume wake Muhammad ajilinde kwa kumwomba Mola kutoka kwa mwenye wivu (Surah 113:5)... Jicho la ubaya ni kama mshale unaotoka kwa nafsi ya mwenye wivu kuelekea kwa anayewiwa na kumdhuru."
(Chanzo: Wanazuoni wa Kamati ya Kudumu. Shaykh Muhammads Al-Munajjid, Maswali na Majibu ya Kiislamu)

Watu wengi hawajui kuhusu nguvu ya kushangaza ya jicho la mwanadamu katika Uislamu. Hawajui kwamba, kulingana na Allah, jicho la mwanadamu ni silaha hatari katika hazina ya wenye wivu. Tazama tu adui yako kwa wivu, na acha **"jicho la ubaya"** lifanye kazi yake.

Turudi kwenye mantiki. Kama tunavyoona wazi, Uislamu umejikita sana katika ushirikina wa kipagani. Kwa hivyo, kuamini Uislamu ni sawa na kuamini ushirikina wa kipagani. Je, bado ni busara kubaki katika Uislamu?

Sasa tutaingia kwenye mada ya kushangaza kuhusu uzazi katika Uislamu. Gundua sasa siri ya kushangaza jinsi Allah alivyosaidia "kusahau" sababu ya kuumba korodani.

UZALISHAJI WA MBEGU ZA KIUME (SPERM)

Waislamu mara nyingi hudai kuwa Qur'ani ni kitabu bora cha kisayansi. Hata hivyo, kitabu hiki bora cha kisayansi kinasema kwamba mbegu za kiume zinatengenezwa kati ya mbavu na uti wa mgongo.

Surah 86:5-7: "Basi, mtu na atafakari aliumbwa kutokana na nini! Ameumbwa kutokana na tone linalomwagika – Linalotoka kati ya uti wa mgongo na mbavu." (Yusuf Ali)

Ikiwa Allah kweli ni Muumba kama Waislamu wanavyodai, basi hili ni dhahiri mfano wa **kusahau**. Allah alisahau kwa nini aliumba korodani. Mbegu za kiume na homoni za kiume huzalishwa katika tezi mbili ndogo zinazoitwa **korodani** (testes). Korodani zipo ndani ya mfuko unaoitwa **scrotum** ambao unaning'inia nje ya mwili. Muundo huu unasaidia kudumisha joto la chini kidogo kuliko joto la mwili, jambo ambalo ni muhimu kwa uzalishaji wa mbegu za kiume zenye afya.

Ingawa mafundisho haya si ya kisayansi hata kidogo, Waislamu bado watatetea upuuzi huu wa Allah kwa gharama yoyote ile. Wataikana ukweli hadi kufikia kiwango cha kujidanganya wenyewe. Mfano wa kawaida wa hili unaweza kuonekana tunapokutana na Waislamu wanaodai kwa ukaidi kwamba dunia ni tambarare. Wataamini hili kwa upofu tu kwa sababu Qur'ani inasema hivyo. Hakuna ushahidi wa aina yoyote utakao washawishi vinginevyo. Hata picha za satelaiti za dunia hazitawashawishi kuona ukweli. Watasema kuwa hii ni njama ya kudhoofisha imani yao katika Uislamu.

Sheikh Abdul Aziz Ibn Baaz, mamlaka kuu ya kidini ya Saudi Arabia ya wakati wake, alitoa tamko rasmi lifuatalo: **"Dunia ni tambarare. Yeyote anayedai kuwa ni mviringo ni kafiri anayestahili adhabu."** ("Muslim Edicts Take on New Force," New York Times, Februari 12, 1995)

Sheikh Abdul Aziz Bin Baz, ambaye wakati wake alikuwa mamlaka ya juu zaidi ya Kiislamu huko Saudi Arabia, alikuwa mtu mwenye elimu isiyopingika katika lugha ya Kiarabu na mafundisho ya Uislamu. Pia alikuwa Muislamu mwenye bidii sana. Mwaka 1993, alitoa **fatwa** akisema: "**Dunia ni tambarare, na Waislamu wanaosema vinginevyo wanapinga mafundisho ya Qur'ani.**"

Hii ni **janga la Uislamu.** Je, unadhani kweli ni busara kubaki katika Uislamu?

Baada ya kuzingatia mafundisho ya Allah kuhusu uzalishaji wa mbegu za kiume, hebu sasa tuchunguze baadhi ya mafundisho ya Mtume wake.

MAFUNDISHO YA KUSHANGAZA YA MTUME WA UISLAMU

Mafundisho ya Muhammad ni ya lazima kwa Waislamu wote. Kwa kweli, kuyakataa mafundisho ya Muhammad ni kukataa Uislamu. Sasa tutachunguza baadhi ya mafundisho ya kushangaza ya Muhammad. Kwa namna ya ajabu, Muhammad aligundua mahali pa siri ambapo majini na mashetani hukutana, na aliwaonya wafuasi wake waaminifu kuhusu hatari inayoweza kuwajia majumbani mwao.

Sunan Abu Dawud, Kitabu cha 1, Hadithi Namba 0006: Imesimuliwa na Zayd ibn Arqam: Mtume wa Allah (rehma na amani ziwe juu yake) alisema: "Vyoo hivi hutembelewa na majini na mashetani. Hivyo basi, yeyote kati yenu anapokwenda huko, anapaswa kusema: 'Najikinga kwa Allah kutokana na mashetani wa kiume na wa kike.'"

Je, lengo la majini na mashetani kutembelea vyoo vya Waislamu ni nini? Je, wanakwenda kujisaidia au kutisha wakaazi? Mtume wa Uislamu hakutuambia kwa nini. Kwa kuwa majini na mashetani hawaonekani, je, wanahitaji faragha kweli? Pia, fikiria athari za kushiriki mafundisho haya ya Muhammad na watoto wetu. Je, wataweza kwenda chooni peke yao baada ya kusikia hili?

Msaada wa Majini kwa Muhammad: Sunan Abu-Dawud, Kitabu cha 1, Hadithi Namba 0039: Imesimuliwa na Abdullah ibn Mas'ud: Ujumbe wa majini ulimjia Mtume (amani iwe juu yake) na kusema: "Ewe Muhammad, kataza watu wako kujisafisha kwa kutumia mfupa, mavi, au makaa, kwa kuwa Allah ametuandalia riziki humo." Basi Mtume (amani iwe juu yake) aliwakataza kufanya hivyo.

Tirmidhi, Hadithi Namba 350: Mtume wa Allah alisema: "Msijisafishe kwa mavi au mifupa kwa sababu hiyo ni chakula cha ndugu zenu miongoni mwa majini."

Katika Qur'ani, Allah aliwaamuru majini wenye nguvu wajenge majumba makubwa kwa Mfalme Suleiman (**Surah 34:12-13**). Sasa fikiria majini hawa wenye nguvu wakila mavi wakati wa mapumziko yao ya kazi. Cha kushangaza ni kwamba majini hawa hawakutaka chakula chao cha mavi kichanganywe na mavi ya Waislamu. Hata majini wana viwango vyao!

Usafi kwa Mawe na Idadi Isiyo ya Kawaida Sahih Bukhari, Juzuu ya 1, Kitabu cha 4, Hadithi Namba 157:
Imesimuliwa na Abu Huraira: Nilimfuata Mtume alipokuwa akienda kujisaidia. Hakutazama kushoto wala kulia. Aliponikaribia, alisema, "Niletee mawe kwa ajili ya kujisafisha na usilete mfupa au mavi."

Sahih Bukhari, Juzuu ya 1, Kitabu cha 4, Hadithi Namba 162:
Imesimuliwa na Abu Huraira: Mtume alisema: "Yeyote anayefanya wudhu anapaswa kusafisha pua yake kwa maji

kwa kuingiza maji na kuyatoa, na yeyote anayejisafisha sehemu zake za siri kwa mawe, afanye hivyo kwa idadi isiyo ya kawaida ya mawe."

Kwa nini lazima iwe idadi isiyo ya kawaida ya mawe? Tofauti kati ya idadi isiyo ya kawaida na ya kawaida ni jiwe moja tu. Kwa hivyo, je, kuongeza au kupunguza jiwe moja kunaathirije wokovu wa Waislamu, hasa kwa kusudi la kusafisha sehemu za siri? Mafundisho haya hayana mantiki yoyote isipokuwa tukiyaona katika mwanga wa ushirikina wa kipagani.

Mafundisho ya Numerolojia katika Uislamu Numerolojia, ambayo ni "sayansi" ya mambo ya kisiri, ilikuwa maarufu kati ya makabila ya kabla ya Kiislamu ya Kiarabu. Chanzo cha imani hizi za ushirikina katika mafundisho ya Muhammad kinatokana na ushawishi wa mapagani.

Mambo ya Ajabu Kuhusu Mawe na Mashetani Uislamu ni dini pekee ambapo waumini wake, baada ya kubusu jiwe (Jiwe Jeusi), huchukua mawe na kuyatupia jiwe linalowakilisha shetani. Cha kushangaza zaidi ni kwamba Muhammad hata aliamini kwamba majini yanaweza kujigeuza kuwa nyoka.

Sunan Abu Dawud, Kitabu cha 41, Hadithi Namba 5236: Imesimuliwa na Abu Sa'id al-Khudri: "...Mtume wa Allah alisema: Baadhi ya nyoka ni majini; kwa hivyo yeyote akiona mmoja wao nyumbani kwake, anapaswa kumpa onyo mara tatu. Akirudi tena baada ya hayo, anapaswa kumuua, kwa kuwa ni shetani."

Huu ni wakati wa kuacha kufuata ushirikina huu. Ikiwa unakubali Uislamu kama kweli, basi lazima ukubali upuuzi huu wote unaohusiana nayo kama kweli pia. Je, bado unaamini ni busara kubaki katika Uislamu?

Waislamu mara nyingi hujigamba kuwa Uislamu wote umeungana kama jumuiya moja. Lakini je, hili ni kweli? Hebu tuchunguze!

UMOJA TUNASIMAMA, MGAWANYIKO TUNAZAMA

Karne za mwanzo za Uislamu zilisababisha kuibuka kwa madhehebu makuu matatu–Sunni, Shia, na Kharijites. Leo, mgawanyiko huo umeenea kiasi kwamba hakuna dhehebu moja ndani ya Uislamu linaloweza kuwakilisha kwa kweli dini iliyoanzishwa na Muhammad miaka elfu moja mia nne iliyopita. Kwa mfano, Waislamu wa Sunni huwazingatia Shia wote kuwa makafiri. Na Waislamu wa Shia huwaita Sunni wasaliti wa Uislamu kwa kukataa haki ya ukoo wa Muhammad kuongoza. Wakati Uislamu wa Shia umegawanyika katika zaidi ya madhehebu mia moja tofauti, mgawanyiko ndani ya Uislamu wa Sunni ni wa kina zaidi.

Ukosefu wa uwazi wa Qur'ani umesababisha tafsiri nyingi tofauti za aya zake. Matokeo yake, kuna zaidi ya madhehebu 200 ya Kiislamu na mamia ya madhehebu madogo leo. Uliza Waislamu kumi, na unaweza kupata tafsiri kumi tofauti za aya moja ya Qur'ani. Baadhi ya Waislamu sasa wanapendekeza tafsiri mpya ya Qur'ani kwa lengo la kupunguza ukali wa aya za ghasia zilizopo ndani yake.

Hata katika enzi za Muhammad, dalili za mpasuko zilianza kuonekana ndani ya jamii ya mwanzo ya Kiislamu. Kulingana na ushahidi huu unaoendelea, Muhammad aliweza kutabiri mgawanyiko wa jamii yake baada ya kifo chake. Aliwaonya Waislamu kuhusu matokeo haya yasiyoepukika ndani ya Uislamu. Hata hivyo, kwa kuwa hakuwa nabii wa kweli, alipatia makosa takwimu zake. Soma zaidi ili kuelewa tunachomaanisha.

Al-Tirmidhi, Hadithi Namba 171: Imesimuliwa na Abdullah ibn Amr: Mtume wa Allah alisema: "Jamii yangu itakumbwa na maovu sawa na yale yaliyowakumba watu wa Israil, kiasi kwamba hata kama mmoja wao alifanya zinaa na mama yake hadharani, basi miongoni mwa jamii yangu kutakuwa na mmoja atakayefanya hivyo. Na kama watu wa Israil waligawanyika katika makundi sabini na mawili, jamii yangu itagawanyika katika makundi sabini na matatu. Yote yataingia Motoni isipokuwa kundi moja." Maswahaba wakauliza: "Ewe Mtume wa Allah, hilo kundi moja ni lipi?" Akasema: "Ni lile mimi na maswahaba wangu tulilo ndani yake."

Kama Muislamu, unapaswa kuwa na wasiwasi mkubwa ikiwa dhehebu unaloshikamana nalo kweli ni sahihi. Je, una nafasi gani ya wokovu ikiwa uwezekano ni mmoja dhidi ya sabini na tatu? Je, ni Sunni? Au ni Shia? Au Salafi? Au Sufi? Au...? Hali inazidi kuwa mbaya zaidi. Leo hii kuna zaidi ya madhehebu sabini na tatu ndani ya Uislamu, na idadi inaendelea kuongezeka.

Hili si kwamba tu linathibitisha kwamba Muhammad alikosea kuhusu takwimu zake, bali pia linaonyesha hatari inayoongezeka kwa Waislamu kuhusu wokovu wao. Kulingana na Muhammad, ni dhehebu moja tu litakaloenda Peponi. Kuhusu mengine, yatakaa milele Motoni. Tatizo kwa Waislamu ni kwamba kila dhehebu linadai kuwa ndilo sahihi. Je, ikiwa dhehebu lenye wanachama chini ya milioni moja ndilo sahihi?

Historia ya Uislamu ilianza katika jamii yenye vurugu na mgawanyiko. Kwa kuwa Muhammad alikufa ghafla bila kumteua mrithi, kulikuwa na machafuko kati ya wafuasi wake wa mwanzo. Waligawanyika juu ya nani anayestahili kuongoza jamii ya Kiislamu mpya. Suala hili la uongozi lilijitokeza tena na tena. Matokeo yake, Waislamu hawakugawanyika tu bali pia waliuana kwa ushindani. Historia ya Kiislamu inarekodi ukweli wa kushtua ufuatao:

- **Umar, Khalifa wa Pili wa Uislamu, aliuawa mwaka 644 BK.**
- **Uthman, Khalifa wa Tatu wa Uislamu, aliuawa mwaka 656 BK.**
- **Ali b. Abi Talib, Khalifa wa Nne wa Uislamu, aliuawa mwaka 661 BK.**

Ndani ya kipindi kifupi cha miaka kumi na saba tu, Makhalifa watatu walioufuata walitolewa uhai mikononi mwa Waislamu wenyewe. Kwa kweli, mgawanyiko wa Uislamu katika madhehebu mawili makuu–Shia na Sunni–unatokana moja kwa moja na suala la uongozi lililoibuka mara tu baada ya kifo cha Muhammad.

Kwa hivyo, tunavyoona, Uislamu si umoja kama Waislamu wanavyodai. Kuna mgawanyiko miongoni mwa safu zake, na hata mgawanyiko huo una mgawanyiko wake mdogo. Kwa kushangaza, Qur'ani inawaonya Waislamu dhidi ya kugawanyika miongoni mwao. Lakini onyo hili lina faida gani ikiwa, kulingana na Mtume wa Uislamu, matokeo haya hayaepukiki?

Lugha ya Qur'ani ni ya kuchanganya kiasi kwamba Waislamu si kwamba tu wamegawanyika katika madhehebu yanayopingana bali pia wanajilipua wao kwa wao. Leo, sauti ya "Allahu Akbar" huleta hofu na taharuki. Hii inatosha kwa madai ya umoja. Je, bado unaamini ni busara kubaki katika dini yenye mgawanyiko kama huu?

Uislamu uliiga hadithi nyingi za kweli kutoka Biblia. Hata hivyo, Muhammad alifurahia mno alipokuwa akisimulia hadithi hizi. Moja ya hadithi hizo ni ile ya nabii Yona.

SHERIA ZA AJABU ZA ASILI KATIKA UISLAMU

Sasa tutasoma kuhusu sheria za ajabu za asili katika Uislamu:

Surah 37:143-144: "Laiti kama hangekuwa miongoni mwa waliotubu na kumsifu Mungu, bila shaka angalibakia ndani ya samaki mpaka Siku ya Kiyama." (Yusuf Ali)

Kulingana na mafundisho ya Uislamu, Siku ya Kiyama (Qiyama) itatokea mwishoni mwa nyakati. Kwa hiyo, aya hii ya Qur'ani inasema kwamba kama Yona hangesifu Allah akiwa ndani ya tumbo la samaki, angebaki humo hadi mwisho wa nyakati. Je, hili linaweza kuwa kweli?

Ili Yona abaki ndani ya tumbo la samaki hadi mwisho wa nyakati, samaki huyo lazima aishi hadi wakati huo. Uhai wa viumbe vyote, pamoja na Yona na samaki huyo, una mipaka. Tunajua kwamba hata sasa–muda mrefu kabla ya mwisho wa nyakati–Yona na samaki huyo walikwisha oza na kutoweka. Je, Allah anatarajia Yona na samaki huyo waishi kwa maelfu ya miaka hadi mwisho wa nyakati? Ikiwa samaki wangekuwa wanajua siri hii ya Kiislamu ya kuishi muda mrefu, wangewapenda manabii sana!

Je, chakula tulichokula wiki iliyopita bado kipo ndani ya tumbo letu leo? Je, kitapewa nafasi ya kubaki humo hadi Siku ya Hukumu? Je, Allah hajui sheria rahisi za mmeng'enyo na utoaji wa taka mwilini? Mungu wa kweli hawezi kuvuvia aya kama hii. Hii inaleta hitimisho moja tu: aya hii ya Qur'ani haiwezi kuwa imevuviwa na Mungu wa kweli.

Migongano ya Aya za Qur'ani Lakini kuna zaidi. Kwa kweli, mapendekezo ya Allah katika **Surah 37:143-144** yanapingana na mafundisho yake mengine katika Qur'ani. Kwa mfano, aya ifuatayo inaonyesha wazi kwamba haikuwa nia ya Allah kuhifadhi mtu yeyote hai zaidi ya umri wake wa kawaida hadi Siku ya Kiyama:

Surah 21:35: "Kila nafsi – bila ubaguzi – itaonja mauti." (Al-Muntakhab)

Aidha, Qur'ani pia inafundisha kwamba kila mtu, pamoja na wale wanaomwabudu Allah, watachukuliwa kwenda Motoni. Hata hivyo, wale wanaostahili Peponi wataachiliwa kutoka Motoni, lakini ni katika Siku ya Kiyama tu. Hadi wakati huo, watabaki Motoni:

Surah 19:71: "Hakika ni amri ya lazima kutoka kwa Mola wako kwamba kila mmoja wenu ataingizwa Motoni." (Sarwar)

Kwa hivyo, pendekezo katika **Surah 37:143-144** kwamba Yona asiyetubu angebaki ndani ya samaki hadi Siku ya Kiyama linapingana na kuhalalisha mafundisho ya Allah katika aya za Qur'ani zilizotajwa hapo juu.

Kwa kuwa Qur'ani inafundisha kwamba kila mtu bila ubaguzi atakufa, haiwezekani kwa Yona kubaki hai ndani ya samaki hadi Siku ya Kiyama. Na kwa kuwa Qur'ani pia inafundisha kwamba kila mtu ataingizwa Motoni, haiwezekani kwa Yona kubaki ndani ya samaki hadi Siku ya Kiyama.

Je, Waislamu Watawezaje Kusuluhisha Migongano Hii?
Waislamu wana uchaguzi wa kufanya hapa. Wanapaswa ama kuamini kwamba Allah anafanya makosa ya kijinga au

wakubali ukweli kwamba Muhammad alikuwa akijisingizia uvuvio.

Shida kwa Waislamu ni kwamba ikiwa watakubali **Surah 37:143-144** kama maneno yaliyovuvia na Allah, basi wanapaswa pia kukubali kwamba Allah anajipinga mwenyewe katika Qur'ani. Njia mbadala ni hatari kwao vile vile. Njia mbadala ni kukubali kwamba Muhammad alipitiwa na jazba alipokuwa akisumulia kisa cha Yona kwa watu wake wa wakati huo.

Haiwezi kuwa kweli kwa njia zote mbili. Inachukua uongo mmoja tu kuthibitisha kwamba Qur'ani si sahihi. Na tumeshuhudia uongo huo mmoja. **Je, bado unaamini kuwa ni busara kubaki katika Uislamu?**

HITIMISHO

Orodha iliyotajwa hapo juu si kamilifu. Bado kuna maajabu mengi zaidi katika Uislamu yanayoweza kukusababisha kupoteza mwelekeo. Kwa kumalizia, tungependa kuwaonya marafiki wetu Waislamu kwa upendo. Haijalishi unafanya nini–iwe mvua inanyesha au jua linawaka–usivue kiatu chako cha kulia kwanza.

Sahih Bukhari, Juzuu ya 7, Kitabu cha 72, Hadithi Namba 747:
Imesimuliwa na Abu Huraira: Mtume wa Allah alisema, "Ikiwa unataka kuvaa viatu vyako, vaa kiatu cha kulia kwanza; na ikiwa unataka kuvua, vua kile cha kushoto kwanza. Kiatu cha kulia kiwe cha kwanza kuvaliwa na cha mwisho kuvuliwa."

Mtume wa Uislamu hakuweka sababu yoyote ya mafundisho haya. Labda, pengine, alitaka kujaribu kipaji chake kama mcheshi wa hadhira. Hebu tumpe makofi ya pongezi anayostahili! Lakini, je, bado unaamini kwamba Uislamu unaweza kukuongoza kuelekea wokovu?

Muda mrefu kabla ya kuja kwa Uislamu, Biblia Takatifu ilitoa onyo:

Methali 14:7: "Mjiepushe na mtu mpumbavu, kwa maana hutaona maarifa kwenye midomo yake."

Na

2 Timotheo 4:3-4: "Kwa maana kuna wakati utakuja ambapo hawatavumilia mafundisho yenye afya, lakini kulingana na tamaa zao wenyewe, watajikusanyia walimu watakaowapendeza masikio yao. Wataacha kusikiliza kweli na kuelekeza mawazo yao kwenye hadithi za uongo."

Baada ya kusema haya, tunatumaini kwa dhati kwamba utapata ujasiri wa kuchunguza mafundisho ya Uislamu kwa njia ya haki na ya kweli. Pia tunatumaini kwamba utamtafuta Mungu wa kweli. Kwa kweli, yuko karibu na wale wote wanaomtafuta kwa dhati:

Isaya 55:6: "Mtafuteni Yehova maadamu anapatikana. Mwiteni maadamu yuko karibu."

Ikiwa wewe ni Muislamu ambaye kwa dhati unatafuta Ukweli, tunakutia moyo kwa upendo kuanza safari yako kwa kusoma Sura Tatu tu kutoka Injili ya Mathayo. Tafadhali soma Sura za 5-7. Utapata ladha ya mafundisho ya kweli kutoka kwa Mungu wa kweli.

SURAH YA 02

TATIZO LA DHAMBI YA ASILI KATIKA UISLAM

Ili kushinda waongofu, Waislamu mara nyingi hudai kwamba Uislamu na Ukristo vinashiriki maadili na mafundisho mengi yanayofanana. Hakuna kilicho mbali zaidi na ukweli kuliko hili. Miongoni mwa mafundisho mengi yanayopingana kati ya Uislamu na Ukristo ni mafundisho ya **Dhambi ya Asili**. Wakati mafundisho ya Dhambi ya Asili ni ya msingi katika mafundisho ya Ukristo, yanakataliwa katika Uislamu. Lakini Dhambi ya Asili ni nini kulingana na Biblia?

Biblia inafundisha kwamba uumbaji wa mwanadamu ulikuwa kilele cha utukufu wa kazi za uumbaji wa Mungu duniani. Mwanamume wa kwanza na mwanamke wa kwanza waliumbwa wakiwa wakamilifu. Kama Muumba mkamilifu, haiwezekani kwa Mungu wa kweli kuwaumba kwa njia nyingine yoyote:

Mhubiri 7:29: "Mungu wa kweli aliwaumba wanadamu wakiwa wanyofu."

Adamu na Hawa hawakuumbwa tu wakiwa wakamilifu bali pia kwa mfano wa Mungu. Hii inamaanisha kwamba waliumbwa wakiwa na uwezo wa kuonyesha sifa za kimungu za Mungu kama vile hekima, haki, na upendo. Biblia inathibitisha ukweli huu kwa kusema:

Mwanzo 1:27: "Naye Mungu akaendelea kumwumba mtu kwa mfano wake, kwa mfano wa Mungu alimwumba; mwanamume na mwanamke aliwaumba."

Kama viumbe wakamilifu vya Mungu, Adamu na Hawa waliumbwa wakiwa na matarajio ya kuishi milele. Ingawa walikuwa na matarajio ya kuishi milele, hawakuwa na hali ya kutokufa. Matarajio yao ya kuishi milele yalitegemea utii wao kwa Mtoaji wa Uhai wao. Mungu aliwafahamisha jambo hili wazi:

Mwanzo 2:16-17: "Matunda ya kila mti wa bustani unaweza kula mpaka ushibe. Lakini kuhusu mti wa ujuzi wa mema na mabaya, usile matunda yake, kwa maana siku utakayokula matunda yake utakufa hakika."

Kwa bahati mbaya, Adamu na Hawa waliasi dhidi ya Mungu kwa kula matunda ya mti uliozuiwa. Kwa sababu hiyo, walipoteza matarajio yao ya kuishi milele. Kwa huzuni, walitenda dhambi hata kabla ya kupata watoto wowote. Ingawa athari za dhambi zilianza mara moja na adhabu ya kifo ilipitishwa juu yao, Mungu kwa upendo aliwaruhusu muda wa kutosha Adamu na Hawa kuleta watoto ulimwenguni ili kuujaza dunia. Hatimaye, Adamu na Hawa walikufa kutokana na athari za dhambi, kama Mungu alivyowaonya.

DHAMBI YA ASILI KATIKA UISLAMU NA UKRISTO

Neno **"Dhambi ya Asili"** linarejelea dhambi ya Adamu katika Bustani ya Edeni na athari zake kwa wanadamu. Dhambi ya Asili ni dhambi ambayo wanadamu walirithi kutoka kwa Adamu. Mungu kwa asili ni Mtakatifu. Mafundisho ya Dhambi ya Asili yanathibitisha kuwa Mungu hakuumba wanadamu wakiwa na mwelekeo wa kuzaliwa wa kutenda dhambi, bali asili yetu ikawa ya dhambi kwa sababu ya dhambi tuliyoirithi kutoka kwa wazazi wetu wa kwanza. Kukataa Dhambi ya Asili ni kukataa utakatifu wa Mungu. Hakuna dini nyingine inayoweza kueleza kuingia kwa dhambi katika ulimwengu wa wanadamu kwa uwazi kama Biblia.

Neno **"Dhambi ya Asili"** pia linaweza kuitwa **"Dhambi ya Adamu."** Dhambi ya Adamu ndio chanzo cha upungufu wa kurithi wa wanadamu unaosababisha dhambi na kifo. Dhambi ya Adamu ilisababisha Kifo cha Adamu–kifo ambacho tumerithi kutoka kwake. Hivi ndivyo Biblia inavyomaanisha inapotumia neno Dhambi ya Asili. Wazo hili limeelezwa kwa ukamilifu katika aya ifuatayo:

Warumi 5:12: "Hii ndiyo sababu, kama vile kwa mtu mmoja dhambi iliingia ulimwenguni, na kifo kupitia dhambi, na hivyo kifo kikaenea kwa watu wote kwa sababu wote wamefanya dhambi."

Adamu alikuwa ndiye **"mtu mmoja"** ambaye kupitia yeye dhambi na kifo viliingia ulimwenguni. Kama uzao wake, tulirithi kutokamilika kutoka kwake. Kwa kuwa Adamu alikosa ukamilifu, haiwezekani kimantiki kwake kuzaa watoto wakamilifu. Biblia inathibitisha ukweli huu usiopingika:

Ayubu 14:4: "Ni nani awezaye kuleta aliye safi kutoka kwa aliye najisi? Hakuna hata mmoja!"

Mafundisho ya Dhambi ya Asili yanazingatia hasa asili ya dhambi ya wanadamu waliorithi kutoka kwa Adamu. Ni hali halisi ya kusikitisha ya mwelekeo wa wanadamu wa kuzaliwa kutenda dhambi. Ukweli kwamba kila mtu huzaliwa akiwa mwenye dhambi na ataonyesha hali hiyo ya dhambi katika maisha yake ni mafundisho ya Kikristo yanayoweza kuthibitishwa kwa urahisi. Ukweli huu haupingiki:

Warumi 3:23: "Kwa maana wote wamefanya dhambi na kupungukiwa na utukufu wa Mungu."

Na ukweli haupingiki kwamba kila mtu hufa:

Warumi 5:14: "Na kifo kilitawala kama mfalme kutoka kwa Adamu mpaka Musa, hata wale ambao hawakutenda dhambi kwa namna ile ile ambayo Adamu alikosa."

Ingawa Uislamu unakubali kwamba Adamu alifanya dhambi dhidi ya Mungu, unafundisha kwamba dhambi yake haina athari yoyote kwa wanadamu wote. Kulingana na Uislamu, kila mtu huzaliwa akiwa hana dhambi. Sasa tunayo maoni mawili yanayopingana. Na maoni mawili yanayopingana hayawezi kuwa kweli kwa wakati mmoja. Wokovu wetu wa milele unategemea sana kujua ni yapi kati ya mafundisho haya mawili yanayolingana na viwango vya haki vya Mungu. Je, ni Ukristo au Uislamu?

Uislamu na Dhambi ya Asili Kulingana na Qur'ani, Adamu na Hawa waliumbwa katika Bustani ya Peponi. Na walipewa onyo wasile au kuukaribia mti uliozuiwa:

Surah 7:19: "Na tukasema: Ewe Adamu! Kaa wewe na mke wako Peponi, mkale mnapotaka, lakini msikaribie mti huu, kwani mtakuwa miongoni mwa waovu." (Shakir)

Hata hivyo, Shetani aliwasababisha watende dhambi:

Surah 7:20-22: "Lakini Shetani aliwafanya kuwa na shaka ovu ili kuwaonyesha yale yaliyokuwa yamefichwa kwao ya maovu yao, na akasema: Mola wenu hakukataza mti huu ila kwa sababu msije mkawa malaika wawili au mkawe wa milele. Na akawaapia kwa kusema: Hakika mimi ni mshauri wa kweli kwenu. Kisha akawadanganya kwa udanganyifu; walipoonja matunda ya mti, maovu yao yakadhihirika kwao, nao wakaanza kujifunika kwa majani ya bustani; na Mola wao akawaita: Je, sikuwakataza msikaribie mti huu na nikawaambia kwamba Shetani ni adui wa wazi kwenu?" (Shakir)

Baada ya Adamu na Hawa kumwasi Mungu kwa kula matunda ya mti uliozuiwa, walimsihi Allah awasamehe.

Surah 7:23: Wakasema: "Mola wetu! Hakika tumedhulumu nafsi zetu, na kama hutatusamehe na hutaturehemu, bila shaka tutakuwa miongoni mwa waliopotea." (Shakir)

Je, Allah aliwasamehe? Jibu linapatikana katika aya nyingine ya Qur'ani:

Surah 20:122-123: "Kisha Mola wake akamchagua, akamsamehe, na akampa mwongozo. (Allah) alisema: 'Shukeni kutoka Peponi kwenda ardhini, nyote wawili, baadhi yenu mtakuwa maadui wa wengine.'" (Hilali-Khan)

Aya hizi za Qur'ani zinathibitisha kwamba, ingawa Allah aliwasamehe Adamu na Hawa, bado walifukuzwa kutoka Bustani. Hili linathibitishwa pia katika simulizi jingine la Qur'ani:

Surah 2:37-38: "Kisha Adamu akapokea kutoka kwa Mola wake maneno. Na Mola wake akamsamehe (alikubali toba yake). Hakika Yeye ndiye Mwenye kusamehe, Mwenye huruma. Tukasema: 'Shukeni nyote kutoka hapa (Peponi), basi kila inapokufikieni mwongozo kutoka Kwangu, basi yeyote atakayefuata mwongozo Wangu, hapana hofu juu yao, wala hawatahuzunika.'" (Hilali-Khan)

Qur'ani inafundisha wazi kwamba Adamu na Hawa waliteremshwa duniani kutoka Peponi baada ya kumwasi Allah:

Surah 2:36: "Lakini Shetani akawadanganya – akawasababisha waanguke kutoka katika hali ya raha waliyokuwa nayo, na tukasema: 'Shukeni kutoka mbinguni kwenda duniani kama maadui kwa kila mmoja. Mtapata duniani makazi na riziki kwa muda uliowekwa.'" (The Clear Quran)

Dhana ya "Msamaha wa Asili" badala ya Dhambi ya Asili katika Uislamu Kwa kuwa Qur'ani inadai kwamba Allah aliwasamehe Adamu na Hawa, mafundisho ya Dhambi ya Asili hayana maana ndani ya Uislamu. Badala ya Dhambi ya Asili, Waislamu wanaamini katika **Msamaha wa Asili.**

Matokeo yake, Waislamu si kwamba tu wanakataa mafundisho ya Dhambi ya Asili bali pia wanakataa thamani ya fidia ya Kristo katika ukombozi. Kwa kukataa mafundisho ya Dhambi ya Asili, Uislamu kimsingi unadai kwamba dhambi ya Adamu haina athari yoyote kwa kizazi chake.

Je, hili ni kweli? Utafurahishwa (au kushangazwa) kugundua kiwango cha upuuzi na migongano inayohusiana na suala hili katika Qur'ani. Tutalishughulikia suala hili kwa mpangilio. Hebu tuanze.

MAKOSA YA UISLAMU

Wakati Biblia inafundisha wazi kwamba Mungu alimwumba Adamu duniani, Qur'ani inapingana na mafundisho haya wazi kwa kudai kwamba Adamu aliumbwa Peponi ya mbinguni. Je, ni simulizi lipi kati ya haya mawili ni sahihi? Ili kupata jibu, hatuhitaji kuangalia mbali zaidi ya Qur'ani yenyewe. Katika kuelezea uumbaji wa Adamu, Qur'ani inaonyesha mahali hasa ambapo Allah alikusudia kumuumba:

Surah 2:30: "Kumbuka, Mola wako alipowaambia malaika: 'Nitauumba khalifa duniani.'" (Yusuf Ali)

Aya hii ya Qur'ani inathibitisha kwamba Adamu aliumbwa duniani. Ili aya hii iwe ya kweli, Adamu lazima aumbwe duniani na si mahali pengine popote. Haijasema kwamba Allah atamuumba Adamu mbinguni lakini kwa nia ya kumweka duniani baadaye. Waislamu hudai kwa udanganyifu kwamba Adamu aliumbwa mbinguni ili kufunika mgongano dhahiri ndani ya Qur'ani. **Surah 2:30** inapingana wazi na **Surah 2:36,** ambayo inasema kwamba Adamu na Hawa waliteremshwa duniani baada ya kumwasi Allah.

Njia pekee ambayo Waislamu wanaweza kusuluhisha mgongano huu ni kukubali kwamba kuanguka kwa Adamu hakumaanishi kuanguka kutoka mbinguni bali kuanguka kutoka hali ya ukamilifu, kama Biblia inavyofundisha kwa usahihi. Kwa kuendana na ukweli huu, **Surah 2:30** inashuhudia wazi kwamba Adamu hakuumbwa mbinguni bali duniani. Ushahidi huu unathibitisha mafundisho ya Dhambi ya Asili. Unathibitisha kwamba baada ya kuanguka kutoka ukamilifu, Adamu aliwarithisha watoto wake kutokamilika. Na kutokamilika kulisababisha dhambi na kifo. Waislamu wanapaswa ama kukubali mafundisho ya Dhambi ya Asili kuwa kweli au wakubali kwamba kuna mgongano mkubwa ndani ya Qur'ani.

Zaidi ya hayo, Qur'ani pia inakubali kwamba wanadamu waliumbwa kutoka ardhini:

Surah 71:17: "Jinsi Mungu alivyozalisha kutoka katika ardhi na kukufanya ukuwe." (W. Khan)

Je, tunahitaji kusema zaidi? Sasa tutazingatia kosa lingine kubwa ndani ya Qur'ani.

Baada ya uumbaji wa Adamu, Allah aliwaamuru malaika wainamishe vichwa mbele ya Adamu. Kwa utiifu, wote walimwinamia Adamu isipokuwa Shetani. Unaposoma aya hizi za Qur'ani, tafadhali zingatia kwa makini mpangilio wa matukio:

Surah 7:11-12: "Hakika Tulikuumbeni, kisha Tukakutengeneza, kisha Tukawaambia malaika: 'Msujudieni Adamu.' Basi wote wakasujudu isipokuwa Shetani, ambaye alikataa kusujudu pamoja na wengine. Allah akauliza: 'Ni nini kilikuzuia usisujudu nilipokuamuru?' Shetani akajibu: 'Mimi ni bora kuliko yeye. Umeniumba kwa moto na umemuumba kwa udongo.'" (The Clear Quran)

Kwa sababu ya uasi wake, Allah alimfukuza Shetani kutoka Peponi ya mbinguni:

Surah 7:13: Allah akasema: "Basi shuka kutoka Peponi! Si sehemu yako kuwa na kiburi humu. Kwa hivyo ondoka! Hakika wewe ni miongoni mwa waliodharauliwa." (The Clear Quran)

Akasema: "Shuka kutoka Mbinguni. Si sehemu yako kuwa na kiburi humu. Kwa hivyo toka! Wewe ni miongoni mwa waliodharauliwa." (A. Bewley)

Baada ya kumfukuza Shetani, Allah akawaamuru Adamu na Hawa kuishi Peponi:

Surah 7:18-19: Allah akasema: "Ondoka kutoka Peponi! Wewe ni miongoni mwa waliodharauliwa na kukataliwa! Hakika nitaijaza Moto wa Jahanamu kwa wewe na wafuasi wako wote." Allah akasema: "Ewe Adamu! Kaa na mke wako Peponi na mle popote mtakapo, lakini msikaribie mti huu, la sivyo mtakuwa wenye kudhulumu." (The Clear Quran)

Katika aya inayofuata, Qur'ani inaelezea kilichotokea baadaye:

Surah 7:20: "Kisha Shetani akawajaribu ili kufichua yale yaliyofichwa ya uchi wao. Akasema: 'Mola wenu hakuwakataza mti huu ila ili msije mkawa malaika wawili au wenye kuishi milele.'" (The Clear Quran)

Fikiria!
Je, inawezekanaje kwa Shetani, aliyefukuzwa kutoka Peponi ya mbinguni, kurudi tena kujaribu kumshawishi Adamu na Hawa? Je, si mantiki zaidi kuamini kwamba Adamu na Hawa walikuwa wakiishi duniani tangu mwanzo na si mbinguni, kama Qur'ani inavyodai?

Ikiwa Waislamu wanakataa ukweli huu wa msingi uliotajwa katika Biblia, basi lazima wakubali kwamba Shetani ana nguvu zaidi kuliko Allah. Lazima wakubali kwamba Shetani alikiuka amri ya kufukuzwa na akarejea mbinguni kumshawishi Adamu na Hawa. Na Allah hakuweza kufanya lolote kuhusu hilo. Je, Waislamu wako tayari kukubali hili?

Simulizi katika Biblia ambalo linafundisha kwamba Adamu na Hawa waliumbwa hapa duniani linaaminika zaidi kuliko hadithi zisizoeleweka za Qur'ani. Wakati Uislamu unakataa mafundisho ya Dhambi ya Asili, hukutana na matatizo mengi. Sasa tutachunguza baadhi ya matatizo haya katika Qur'ani.

Kwa upande mmoja, Qur'ani inakubali kwamba mwanadamu aliumbwa akiwa mkamilifu:

Surah 32:7: "Ambaye ameumba kila kitu kwa ukamilifu. Na akaanza kuumba mwanadamu kwa udongo." (Sherali)

Surah 95:4: "Hakika Tumemuumba mwanadamu kwa umbo bora zaidi." (Sarwar)

Aya hizi za Qur'ani zinaendana kikamilifu na mafundisho ya Biblia. Na Hadith pia inathibitisha kwamba Adamu alikuwa kiumbe mkamilifu wa Mungu. Hadith inasema wazi kwamba Adamu aliumbwa kwa mfano wa Mungu.

Sahih Muslim, Kitabu cha 40, Hadithi 6809: Abu Huraira aliripoti Mtume wa Allah akisema: "Allah, Aliyetukuka na Mwenye Utukufu, alimuumba Adamu kwa mfano Wake."

Kwa kuthibitisha ukweli kuhusu ukamilifu wa viumbe vyake vyote, Allah anauliza swali muhimu:

Surah 67:3: "Hauoni dosari yoyote katika viumbe wa Mwenyezi Mungu. Endelea kutazama; je, unaona kasoro yoyote?" (Monotheist Group)

Qur'ani inatufanya tujaribu kuona "dosari au kasoro yoyote" katika viumbe wa Mwenyezi Mungu. Kwa maneno mengine, viumbe vyote vya Allah ni wakamilifu. Hili linahusu pia uumbaji wa mwanadamu, kwani Allah aliwaamuru hata malaika kumsujudia Adamu, akithibitisha kwamba uumbaji wa mwanadamu ni wa hali ya juu kati ya kazi zake za uumbaji.

Hata hivyo, Allah anajipinga tena: Kwa kupingana kikamilifu na mafundisho yake mwenyewe katika Qur'ani, Allah anadai kwamba wanadamu wameumbwa wakiwa dhaifu kwa asili:

Surah 4:28: "Allah anapenda kupunguza mizigo yenu kwa sababu mwanadamu ameumbwa dhaifu kwa asili." (Farook Malik)

Ni muhimu kutambua kwamba aya hii haisemi kwamba wanadamu walikuwa dhaifu kwa sababu ya dhambi, bali waliumbwa dhaifu kwa asili. Je, Allah hajasema katika **Surah 67:3** kwamba hakuna dosari au kasoro katika viumbe vyake? Je, si upuzi kwa Allah kudai kwamba wanadamu waliumbwa wakamilifu lakini wakiwa na udhaifu wa ndani?

Hii ni pingamizi ya haraka. Katika muda mfupi, Allah anajipinga katika Qur'ani. Je, wanadamu waliumbwa wakamilifu au waliumbwa dhaifu? Kwa hivyo, Allah si kwamba tu anapingana na mafundisho ya Biblia bali pia na mafundisho yake mwenyewe ndani ya Qur'ani.

Hili linathibitisha kwamba Allah hawezi kuaminika. Lakini muhimu zaidi, linathibitisha kwamba Allah hawezi kuwa Muumba wa kweli.

Wakati Uislamu unakataa mafundisho ya Dhambi ya Asili, inabidi kudai kwa kufuru kwamba Muumba mkamilifu wa Ulimwengu aliumba mwanadamu akiwa na udhaifu wa asili. Je, Mungu wa kweli angeweza kumuumba mwanadamu hivyo?

Kama tunavyoona, Qur'ani inakubaliana na pia inapingana na Biblia kuhusu suala hili moja la ukamilifu wa kazi za uumbaji wa Mungu. Hii inamaanisha kuwa Qur'ani iko wazi katika makosa angalau mara moja. Je, Qur'ani basi inaweza kuaminiwa?

Qur'ani iko wazi katika kosa inapokataa mafundisho ya Dhambi ya Asili. Mafundisho ya Dhambi ya Asili yanatoa maelezo yenye mantiki zaidi kuhusu asili ya dhambi ya mwanadamu kuliko dai la kufuru lililo katika Qur'ani. Biblia inafundisha wazi kwamba Adamu alikuwa kiumbe mkamilifu wa Mungu lakini alipoteza ukamilifu wake kwa kumwasi Muumba wake. Kama vile watoto wanavyorithi magonjwa ya kurithi kutoka kwa wazazi wao, ndivyo pia tulivyoirithi dhambi na kifo kutoka kwa Adamu. Kwa maneno mengine, sote tukawa wenye dhambi tunaostahili kifo:

Warumi 5:12: "Hii ndiyo sababu, kama vile kwa mtu mmoja dhambi iliingia ulimwenguni, na kifo kupitia dhambi, na hivyo kifo kikaenea kwa watu wote kwa sababu wote wamefanya dhambi."

Qur'ani, bila kujua, inakubaliana. Inashuhudia kwamba ulimwengu mzima wa wanadamu unastahili kifo:

Surah 16:61: "Kama Allah angewaadhibu wanadamu kwa dhambi zao, asingebakiza hata kiumbe hai kimoja juu ya uso wa ardhi." (H. S. Aziz)

Hii inathibitisha kwamba hakuna uzao wa Adamu aliye huru kutoka dhambi. Ushahidi huu wote unathibitisha kuwa mafundisho ya Dhambi ya Asili ni ya kweli. Ikiwa Waislamu wanashindwa kukubali hili, basi lazima wamlauumu Allah kwa asili ya dhambi ya mwanadamu. Kwa kuwa Allah alimuumba mwanadamu "dhaifu kwa asili," yeye lazima awajibike kwa hali ya dhambi ya wanadamu wote. Waislamu wanapokataa kumlaumu Adamu, hawana budi kumlaumu Allah.

Je, dai la Waislamu kwamba hatuathiriwi na dhambi ya Adamu ni kweli?

Tutaacha Uislamu ujibu swali hili muhimu. Sasa tutafichua jinsi Uislamu wenyewe unavyowathibitisha Waislamu kuwa na makosa.

Sahih Muslim, Kitabu cha 1, Hadithi 380: Imesimuliwa na Abu Huraira na Hudhaifa kwamba Mtume wa Allah alisema: "Allah, Aliyetukuka na Mwenye Utukufu, atawakusanya watu. Waumini watasimama hadi Pepo italetwa karibu nao. Watamwendea Adamu na kusema: 'Ewe baba yetu, fungulia Pepo.' Atasema: 'Kilichowatoa kwenye Pepo ni dhambi ya baba yenu Adamu. Mimi si katika nafasi ya kufanya hivyo.'"

Adamu hakufuzu kuwaongoza waumini kuingia Peponi. Kwa nini? Uislamu wenyewe unashuhudia kwamba ni kwa sababu dhambi ya Adamu ndiyo iliyosababisha wanadamu kufukuzwa Peponi hapo mwanzo. Hivyo, kunyimwa Peponi kwa wanadamu wote kulikuwa matokeo ya Dhambi ya Asili ya Adamu.

Sahih Bukhari, Juzuu ya 6, Kitabu cha 60, Namba 262: Imesimuliwa na Abu Huraira: Mtume alisema, "Musa alibishana na Adamu na kumwambia (Adamu), 'Wewe ndiye uliyewatoa watu kutoka Peponi kwa dhambi yako, na hivyo kuwafanya waishi kwa taabu.' Adamu alijibu, 'Ewe Musa! Wewe ndiye aliyeteuliwa na Allah kwa ujumbe Wake na mazungumzo ya moja kwa moja. Lakini unanilaumu kwa jambo ambalo Allah aliniandikia kabla hajaniumba?'" Mtume wa Allah alisema, "Kwa hivyo Adamu alimshinda Musa kwa hoja hii."

Musa alimlaumu Adamu kwa kufukuzwa kwa wanadamu kutoka Peponi na mateso aliyosababisha kwa wanadamu. Hata hivyo, Adamu alijitetea kwa kusema kwamba Allah ndiye aliyepanga afanye tendo hilo la dhambi kabla hajamuumba.

Qur'ani inakubaliana na Adamu. Katika aya ifuatayo ya Qur'ani, Allah anatamka:

Surah 4:78: "Popote mtakapokuwa, mauti yatakupateni, hata kama mtakuwa katika ngome madhubuti. Na ikiwa wema unawakuta, husema: 'Hii ni kutoka kwa Allah.' Na ikiwa ubaya unawakuta, husema: 'Hii ni kutoka kwako.' Sema: 'Yote yanatoka kwa Allah.'" (Hilali-Khan)

Aya hii inathibitisha dai la Adamu kwamba Allah ndiye aliyepanga kila kitu, hata dhambi yake, kabla ya kuumbwa kwake. Hii inaonyesha kwamba katika mafundisho ya Uislamu, hata matendo mabaya ni sehemu ya mpango wa Allah.

Dhambi ya Asili na Uthibitisho wa Qur'ani Hii inaleta matatizo makubwa kwa Uislamu. Ikiwa Allah ndiye aliyepanga Adamu atende dhambi, basi Waislamu wanapaswa kuamini kwamba Allah ndiye anayewajibika kwa hali ya dhambi ya wanadamu. Na ikiwa wanakataa hili, lazima wakubali ukweli wa mafundisho ya Dhambi ya Asili kama Biblia inavyofundisha.

Kwa upande mwingine, Musa, ambaye ni nabii anayeheshimiwa sana katika Uislamu, alikubali wazi kwamba dhambi ya Adamu ndiyo iliyosababisha kufukuzwa kwa wanadamu kutoka Peponi na mateso yote yaliyofuata. Hii inaonyesha kwamba hata Uislamu unakiri athari mbaya za dhambi ya Adamu kwa wanadamu wote.

Hitimisho

Qur'ani inapojaribu kukataa mafundisho ya Dhambi ya Asili, inajiingiza katika matatizo makubwa ya kimantiki na mafundisho. Aidha inamlauumu Allah kwa dhambi za wanadamu au inakiri kwamba dhambi ya Adamu iliathiri kizazi chake chote, jambo ambalo linathibitisha mafundisho ya Dhambi ya Asili.

Kwa hivyo, Uislamu hauwezi kutoa maelezo ya kuridhisha kuhusu asili ya dhambi ya wanadamu bila kuanguka katika mtego wa migongano ya ndani. Je, bado ni busara kuamini mafundisho ambayo yanaacha maswali mengi bila majibu thabiti?

Surah 54:49: "Hakika, kila kitu Tumeumba kwa kipimo maalumu (qadar)." (Sahih International)

Kwa kuwa Allah ndiye aliyepanga Adamu atende dhambi kwa kula matunda ya mti uliozuiwa, ni wazi kwamba Allah ndiye chanzo cha dhambi ya Adamu. Na kwa kuwa Allah ndiye asili ya dhambi hiyo, je, msamaha Wake kwa Adamu unaweza kuwa halali kama Qur'ani inavyodai? Je, msamaha huo wa Allah una mantiki yoyote kwako? Hii inathibitisha kwamba msamaha wa Allah si chochote zaidi ya udanganyifu. Ni kejeli! Hatupaswi kushangazwa na tabia hii ya udanganyifu ya Allah. Kwa hakika, Qur'ani yenyewe inakubali kwamba Allah ni mdanganyifu:

Surah 3:54: "Na walipanga hila zao, na Allah alipanga hila zake, na Allah ndiye mbora wa wapangaji hila (wadanganyifu)." (M. A. Samira – Tafsiri ya Kihalisi kutoka Kiarabu)

Kinyume chake, Biblia inafundisha wazi kwamba Mungu alituumba kama viumbe wa maadili huru, wenye uhuru wa kuchagua hatima yetu wenyewe. Yehova kwa upendo alisema:

Kumbukumbu la Torati 30:19: "Nimeweka mbele yako uzima na mauti, baraka na laana. Lazima uchague uzima ili upate kuishi."

Ndiyo! Tunayo uhuru wa kuamua wokovu wetu wenyewe. Kwa kuendana na kanuni ya haki ya kimungu, Yehova anatupa uhuru wa kuchagua. Tunapenda kuwauliza Waislamu maswali muhimu yafuatayo:

Maswali ya Msingi kwa Waislamu:

1. **Kama kusudi la awali la Allah lilikuwa ni wanadamu kuishi Peponi ya mbinguni, mbona hatupo Peponi leo? Je, si kwa sababu ya dhambi ya asili ya Adamu? Je, hili halithibitishi kwamba tunateseka kwa matokeo ya dhambi ya asili ya Adamu? Ikiwa dhambi ya Adamu haikutuuathiri, basi kwa nini tuko hapa duniani?**
2. **Kwa kuwa Qur'ani inadai kwamba Adamu na Hawa walisamehewa hata kabla ya kufukuzwa Peponi, mbona Allah hakuwaruhusu kuendelea kuishi Peponi? Ikiwa walifukuzwa Peponi, Qur'ani inawezaje kudai kwamba walisamehewa? Je, kunaweza kuwa na msamaha wa kweli wakati adhabu bado ilitekelezwa dhidi yao?**

3. Inawezekanaje kuwe na Msamaha wa Asili kama Waislamu wanavyodai ikiwa hakuna Dhambi ya Asili ya kusamehewa kwanza?
4. Kwa kuwa Allah alikadiria tendo la dhambi ya Adamu, ni nani hasa aliyeingiza dhambi katika ulimwengu wa wanadamu? Je, ni Adamu au ni Allah?

Hadithi Zinazoonyesha Athari za Dhambi ya Asili kwa Wanadamu:

Sahih Bukhari, Juzuu ya 4, Kitabu cha 55, Hadithi Namba 611: Imesimuliwa na Abu Huraira: Mtume alisema, "Laiti si kwa ajili ya Bani Israeli, nyama isingeharibika; na laiti si kwa ajili ya Hawa, wanawake wasingeahi wasaliti waume zao."

Sahih Muslim, Kitabu cha 8, Hadithi 3471: Abu Huraira (Allah amridhie) ameripoti kwamba Mtume wa Allah alisema: "Laiti si kwa ajili ya Hawa, mwanamke asingewahi kuwa asiye mwaminifu kwa mumewe."

Tafsiri ya Al-Qadhi: "'Laiti si kwa Hawa, wanawake wasingewahi kuwasaliti waume zao.' Al-Qadhi alisema: 'Maana ya Hadithi hii ni kwamba yeye (Hawa) alikuwa mama wa binti wa Adamu; kwa hivyo waliiga tabia yake, na walirithi kutoka kwake yale yaliyomtokea kuhusu mti na Ibleesi (Shetani) – alimshawishi kula kutoka mti na kumdanganya, kwa hivyo alimweleza Adamu kuhusu mti huo, na matokeo yake, Adamu akala.'" (Chanzo: Islamweb.com)

Matamko haya yanafanana na mafundisho ya Dhambi ya Asili. Waislamu wanashindwa kueleza kwa uwazi jinsi walivyoathirika na dhambi ya Adamu huku wakikataa ukweli wa Dhambi ya Asili. Ushahidi huu kutoka Hadithi na Tafsiri za Kiislamu unathibitisha athari za dhambi ya Adamu kwa kizazi chake chote.

Tafsiri ya Ibn Kathir kuhusu Surah 7:172:

Akizungumzia aya hii (**7:172**), At-Tirmidhi alirekodi kwamba Abu Hurayrah alisema kuwa Mtume wa Allah alisema: "...Kwa hivyo Adamu alikanusha, na kizazi chake kikafuata mkondo wa kukana agano la Allah, Adamu alisahau na kizazi chake kikasahau, Adamu alifanya kosa na kizazi chake kikafanya makosa."

At-Tirmidhi alisema: "Hadithi hii ni Hasan Sahih (Authentic), na iliripotiwa kutoka kwa minyororo mbalimbali ya masimulizi kupitia Abu Hurayrah kutoka kwa Mtume." (**Tafseer Ibn Kathir, Surat Al-A'raf hadi mwisho wa Surah Yunus, Juzuu ya 4, uk. 201-203**)

Hadithi na Tafsiri zinathibitisha athari za Dhambi ya Asili kwa wanadamu. Wanazuoni wakubwa wa Kiislamu wanatambua ukweli kwamba dhambi inaweza kurithiwa. Hata hivyo, watetezi wa Kiislamu wanajitahidi kuficha ukweli huu kwa makusudi kwa sababu wanajua changamoto ambayo ukweli huu utaleta kwa dini yao. Kukubali kwamba dhambi inaweza kurithiwa kunathibitisha wazi kwamba sote tulizaliwa na dhambi kwa sababu ya dhambi tuliyorithi kutoka kwa Adamu.

Karne nyingi kabla ya kuja kwa Qur'ani, mtunga zaburi Daudi aliandika chini ya msukumo wa roho:

Zaburi 51:5: "Tazama! Nilizaliwa mwenye hatia ya dhambi. Na mama yangu alinitunga mimba katika dhambi."

Vyanzo vya Kiislamu vyenyewe vinathibitisha kwamba mafundisho ya Uislamu yamejaa migongano. Hebu tuzingatie mgongano mwingine usiopingika katika Uislamu. Kukataliwa kwa mafundisho ya Dhambi ya Asili na Waislamu kunatokana na aya ifuatayo ya Qur'ani:

Surah 6:164: "Kila mmoja atawajibika kwa dhambi yake mwenyewe. Hakuna mtu atakayebeba mzigo wa dhambi ya mwingine." (Munir Munshey)

Ni kweli kabisa kwamba hakuna mtu anayewajibika kwa dhambi za mtu mwingine. Biblia inakubaliana kabisa na ukweli huu. Na hii ndiyo hasa Mungu anashuhudia katika aya ifuatayo:

Ezekieli 18:20: "Mwana hatabeba hatia kwa kosa la baba yake, na baba hatabeba hatia kwa kosa la mwana wake."

Hata hivyo, mgongano unaibuka katika Uislamu: Ingawa Qur'ani inakataa kwamba mtu yeyote anaweza kubeba dhambi za mwingine, Hadithi na Tafsiri za Kiislamu zinathibitisha wazi kwamba kizazi cha Adamu kiliathiriwa na dhambi yake. Hii inaweka Uislamu katika hali ya kutatanisha:

1. Ikiwa kizazi cha Adamu hakikuathiriwa na dhambi yake, basi kwa nini Qur'ani inakubali kwamba wanadamu walifukuzwa kutoka Peponi?
2. Ikiwa wanadamu waliathiriwa na dhambi ya Adamu, basi Qur'ani inapingana yenyewe kwa kudai kwamba hakuna mtu anayebeba mzigo wa dhambi za mwingine.

Kwa maneno mengine, hakuna mtu anayewajibika kwa dhambi za mwingine. Hata hivyo, Uislamu unashindwa kutambua tofauti kati ya matokeo na uwajibikaji. Uislamu unachanganya masuala haya mawili tofauti na kuyaona kama moja na sawa. Kuna tofauti kubwa kati ya kuteseka matokeo ya dhambi ya Adamu na kubeba uwajibikaji wa dhambi yake. Ili kuelewa tofauti kati ya matokeo na uwajibikaji, zingatia mifano ifuatayo. Ingawa ni kweli kwamba watoto wanaozaliwa na baba mkatili hawawajibiki kwa matendo yake, bado watateseka matokeo ya matendo yake. Hali hiyo hiyo inaweza kusemwa kuhusu raia wanaoishi chini ya utawala wa mfalme dhalimu. Ingawa hawawajibiki kwa matendo yake, bado watateseka matokeo ya utawala wake mbovu.

Vivyo hivyo, ingawa hatuwajibiki kwa dhambi ambayo Adamu alifanya katika Bustani ya Edeni, bado tunateseka matokeo yasiyoepukika ya dhambi yake. Bila shaka, tunawajibika kwa dhambi tunazozitenda sisi binafsi kwa kukiuka sheria ya Mungu. Kuna tofauti kati ya Dhambi ya Asili na dhambi tunazotenda kwa hiari yetu. Hatujamalizana na Uislamu bado. Ukweli ni wa hakika. Kukosa ukweli, Uislamu unajipinga mara kwa mara. Uislamu unafundisha kwamba Siku ya Hukumu, Allah atawalazimisha Wayahudi na Wakristo kubeba dhambi za Waislamu. Na Allah atawakomboa Waislamu kutoka kwenye adhabu kwa kuwawekea dhambi zao Wayahudi na Wakristo. Je, huu si mkanganyiko wa **Surah 6:164** inayosema wazi: "Hakuna mtu atakayebeba mzigo wa dhambi ya mwingine." Hebu tuangalie ushahidi.

110 Ahadith Qudsi (Hadithi Takatifu), uk. 19-20:

Ubora wa waumini katika kumwamini Allah Mmoja na adhabu ya Wayahudi na Wakristo

Imesimuliwa na Abu Musa: Mtume wa Allah alisema: Siku ya Kiyama, Ummah wangu (taifa) utakusanywa katika makundi matatu. Aina moja itaingia Peponi bila kuhesabiwa (matendo yao). Aina nyingine itahesabiwa hesabu rahisi na kuingizwa Peponi. Na aina nyingine itakuja ikibeba mizigo ya dhambi mgongoni mwao kama milima mikubwa. Allah atawauliza malaika ingawa Yeye anajua vyema zaidi kuhusu wao: Hawa ni watu gani? Watajibu: Hawa ni watumwa wako wanyenyekevu. Atasema: Punguzeni dhambi kutoka kwao na ziweke kwa Wayahudi na Wakristo; kisha waacheni watumwa wanyenyekevu waingie Peponi kwa huruma Yangu. Hadithi hii ni **Sahih** (Sahihi) na imetajwa katika Mustadrak ya Hakim. (Imetafsiriwa kutoka Kiarabu na Syed Masood-ul-Hasan, Saudi Arabia)

Hadithi ifuatayo inaonyesha kwamba Allah atawakomboa Waislamu kutoka kwenye Moto wa Jahanamu kwa kuwasimika Wayahudi na Wakristo mahali pao. Allah atawalazimisha Wayahudi na Wakristo kuchukua nafasi ya Waislamu Motoni. Kwa maneno mengine, Allah atawaadhibu Wayahudi na Wakristo kwa dhambi za Waislamu.

Sahih Muslim, Kitabu cha 37, Hadithi 6665: Sura: Kutupwa kwa makafiri Motoni kwa ajili ya waumini kama Neema na Rehema ya Kiungu.

Abu Musa aliripoti kwamba Mtume wa Allah (rehema na amani iwe juu yake) alisema: "Itakapokuwa Siku ya Kiyama, Allah atamtoa kila Mwislamu Myahudi au Mkristo na kusema: Huyu ndiye wokovu wako kutoka kwa Moto wa Jahanamu."

Na Allah atawakomboa Waislamu kutoka kwenye mauti kwa kuwatolea kafara Wayahudi na Wakristo kuchukua nafasi yao ya adhabu Motoni.

Sahih Muslim, Kitabu cha 37, Hadithi 6666: Abu Burda aliripoti kwa mamlaka ya baba yake kwamba Mtume wa Allah (rehema na amani iwe juu yake) alisema: "Hakuna Mwislamu atakayekufa ila Allah atamwingiza badala yake Myahudi au Mkristo Motoni."

Haijalishi jinsi dhambi za Waislamu zilivyo kubwa, Allah atawasamehe kwa kuhamishia dhambi zao kwa Wayahudi na Wakristo.

Sahih Muslim, Kitabu cha 37, Hadithi 6668: Abu Burda aliripoti kwamba Mtume wa Allah (rehema na amani iwe juu yake) alisema: "Kutakuja watu miongoni mwa Waislamu Siku ya Kiyama wakiwa na dhambi nzito kama mlima, na Allah atawasamehe na ataziweka dhambi zao mahali pao kwa Wayahudi na Wakristo."

Mafundisho haya ni yenye madhara makubwa. Je, si jambo la kushangaza kwamba wakati Uislamu unakataa kafara ya Yesu, hauna pingamizi lolote kwa kukubali kafara ya Wayahudi na Wakristo wa kawaida ili kuwakomboa Waislamu kutoka kwa dhambi na mauti? Ikiwa kafara ya Yesu ni kejeli ya haki kama Waislamu wanavyodai, basi kwa nini Allah hakuweza tu kuwasamehe Waislamu bila kuwalazimisha Wayahudi na Wakristo kubeba dhambi zao?

Je, sasa inawezekanaje kwa mtu kubeba dhambi za mwingine? Ni nini kilichotokea kwa madai ya kujigamba ya Waislamu kwamba Allah anaweza tu kusamehe bila kuhitaji chochote kama malipo?

Waislamu wanaopinga fundisho la Dhambi ya Asili hushindwa kutambua kwamba vyanzo vyao vya Kiislamu vinafundisha kwamba sababu ya wanawake kuwa waaminifu kwa waume zao ni dhambi waliyorithi kutoka

kwa Hawa. Na kwa kukinzana na mafundisho yake yenyewe, Uislamu unafundisha kwamba Wayahudi na Wakristo watachukua dhambi za Waislamu Siku ya Kiyama. Kama Muislamu, je, hukerwi na migongano hii yote katika dini yako? Je, unadhani Uislamu unaweza kukuongoza kwenye wokovu? Tutauacha Qur'ani ijibu swali hili muhimu kwako:

Surah 4:82: "Je, hawatazitafakari Qur'ani? Lau ingalitoka kwa yeyote isipokuwa kwa Mwenyezi Mungu, kwa yakini wangaliona ndani yake migongano mingi." (Muhammad Sarwar)

Qur'ani imejitangaza hatiani si tu kwa ajili yake bali pia kwa Uislamu. Aya ya Qur'ani hapo juu inashuhudia kwamba mafundisho yanayotoka kwa Mungu wa kweli yatakuwa huru na migongano. Hatuwezi kukubaliana zaidi. Hata hivyo, kwa kuwa kuna "migongano mingi" katika mafundisho ya Uislamu, je, mafundisho haya yanaweza kweli kutoka kwa Mungu wa kweli? Je, yanaweza kweli kuwaongoza Waislamu kwenye wokovu?

Ikiwa wewe ni Muislamu, wokovu wako unategemea sana uamuzi utakaochukua sasa. Tumewasilisha ushahidi huu wote kwa sababu tunakujali. Bado kuna tumaini ikiwa utamgeukia Mungu wa kweli aliye hai.

Isaya 12:2: "Tazama! Mungu ndiye wokovu wangu. Nitamtumaini na sitakuwa na hofu. Kwa maana Yehova, naam, Yehova ndiye nguvu zangu na uweza wangu, naye amekuwa wokovu wangu."

Wokovu ni wa Yehova. Kwa mafundisho haya yenye kukinzana katika Uislamu, itakuwa busara kwa Waislamu kwanza kushughulikia migongano hii kabla ya kupinga fundisho la Dhambi ya Asili. Itakuwa ni msiba kwa Waislamu kukataa suluhisho pekee ambalo Mungu ametoa kwa ajili ya ukombozi wa wanadamu kutoka kwa athari mbaya za Dhambi ya Asili. Mungu alimtuma Yesu Kristo ili kufuta athari mbaya za Dhambi ya Asili.

Yohana 3:36: "Yeye anayemwamini Mwana ana uzima wa milele. Yeye asiyemtii Mwana hataona uzima, bali ghadhabu ya Mungu inamkalia."

SURAH YA 03

QURAN INATHIBITISHA KWAMBA YESU PEKEE ANAWEZA KUBEBA DHAMBI ZETU

Pingamizi moja ambalo mara nyingi Waislamu hutoa dhidi ya Ukristo ni kifo cha kafara cha Yesu Kristo kwa ajili ya dhambi zetu. Fundisho hili la msingi la Kikristo linajulikana sana kama "Kafara ya Yesu Kristo." Hapa chini kuna mfano wa hoja ya kawaida inayotumiwa na Waislamu kupinga fundisho la Kafara:

"**Mungu anawezaje kumwadhibu mtu asiye na hatia kwa ajili ya dhambi za watu wengine? Hiyo ni kama kusema kwamba Mungu anamwadhibu mtu asiye na hatia kwa ajili ya dhambi za muuaji kisha anamwacha muuaji huru. Katika Uislamu, kila mtu analipia dhambi zake mwenyewe. Wakati Allah anapotaka kuwasamehe watu, hahitaji kumwadhibu mtu asiye na hatia kwa kile walichofanya. Anaweza tu kuwasamehe. Mtazamo wa Kikristo ni wa dhuluma na usio wa haki.**"

Je, hii inafanana na hoja unazozisikia? Bila shaka. Tunaweza kupinga hoja hii kwa urahisi kwa kunukuu kile Biblia inasema kuhusu Yesu Kristo kufa kwa ajili ya dhambi zetu na kisha kunukuu kile Qur'an inasema kuhusu Biblia kuwa Neno la Mungu lisiloharibika na lenye mamlaka. Hii ingewafanya Waislamu kuwa na chaguo mbili tu:

1. **Kukubali ushuhuda wa Qur'an kuhusu uhalali wa Biblia na kukubali Kafara ya Yesu Kristo.**
2. **Kukataa ushuhuda wa Qur'an kuhusu uhalali wa Biblia na kukataa Kafara ya Yesu Kristo.**

Chaguo lolote kati ya haya lina maana ya kukataa Uislamu kwa Waislamu.

Hata hivyo, lengo letu ni kutoa zaidi ya jibu la haraka kwa pingamizi hili la Kiislamu. Kwa maslahi ya Waislamu na Wakristo, tumeazimia kushughulikia moja kwa moja na kwa kina hoja hii. Hii itasaidia Wakristo kuelewa kwamba hawana chochote cha kuogopa kutokana na pingamizi zinazotolewa dhidi ya Ukristo. Kila pingamizi linalotolewa dhidi ya Ukristo hufungua mlango wa mazungumzo na Waislamu. Kwa kweli, kuna majibu makali kwa pingamizi za kawaida za Kiislamu. Ikiwa Wakristo watatumia muda kujifunza jinsi ya kupinga hoja hizi, itaimarisha sana imani yao. Kufikia mwisho wa makala hii, utajifunza jinsi kukataa kifo cha kafara cha Yesu kunavyokuwa janga kwa Waislamu. Sasa tutathibitisha ukweli ufuatao:

1. **Qur'an inajipinga yenyewe katika suala hili.**
2. **Muhammad alikuwa nabii wa uongo.**
3. **Qur'an inathibitisha kwamba Yesu pekee ndiye anayestahili kubeba dhambi zetu.**

Kwa nini Waislamu wanaamini sana kwamba hakuna mtu anayeweza kubeba dhambi za mwingine?

Hii ni kwa sababu aya kadhaa za Qur'an zinafundisha kwamba "hakuna mbeba mzigo atakayebeba mzigo wa mwingine." Hebu tusome aya moja:

Surah 6:164:

Sema: "Je, nitafute Mola mwingine isipokuwa Allah? Naye ndiye Mola wa kila kitu, na hakuna nafsi itakayebeba dhambi ya nafsi nyingine." (Shakir)

Neno "mzigo" linalotumika hapa linarejelea mzigo wa dhambi. Aya nyingine za Qur'an pia zinafundisha mafundisho sawa. Tazama **Surah 17:15, Surah 35:18, Surah 39:7**, na **Surah 53:38**. Waislamu wanaosoma aya hizi za Qur'an wana hakika kwamba Uislamu unafundisha kwamba hakuna mtu anayeweza kubeba mizigo ya wengine.

Kwa bahati mbaya kwa Waislamu, kuna matatizo makubwa na dai hili. Sasa tutajadili matatizo haya.

QUR'AN INAJIPINGA YENYEWE KUHUSU SUALA HILI

Kuna aya kadhaa katika Qur'an ambazo zinasema kwamba baadhi ya watu watachukua mizigo ya wengine. Tutatoa mfano mmoja tu kuthibitisha hoja yetu. Kwa kushangaza, Allah hata hubadilisha maoni yake mara moja kutoka aya moja ya Qur'an hadi nyingine. Allah anasema katika **Surah 29:12** kwamba makafiri hawatawahi kubeba dhambi za wengine:

Surah 29:12:

Wale wanaokanusha kweli wanasema kwa waumini, "Fuata njia yetu, nasi tutabeba mzigo wa dhambi zenu." Lakini hawatabeba dhambi zao hata kidogo. Hakika, wao ni waongo. (W. Khan)

Hata hivyo, katika aya inayofuata, Allah anajipinga na kusema kwamba makafiri watachukua mizigo yao wenyewe na pia mizigo ya wengine:

Surah 29:13:

Na hakika watachukua mizigo yao, na mizigo mingine pamoja na mizigo yao wenyewe. Na hakika wataulizwa Siku ya Kiyama kuhusu yale waliyoyazua. (Shakir)

Kama tunavyoona, Qur'an inajipinga yenyewe kuhusu suala hili. Hii ina maana kwamba Qur'an pia inapingana na pingamizi lililotolewa na Waislamu. Inaonekana kwamba baadhi ya watu wanaweza kubeba mizigo ya wengine. Kwa hivyo, Qur'an inajipinga na hukumu yake yenyewe kwamba **"hakuna mbeba mzigo atakayebeba mzigo wa mwingine."**

MUHAMMAD ANAPINGANA NA DAI LA WAISLAMU

Waislamu wameamrishwa sio tu kuamini Allah bali pia kumwamini Muhammad. Hii ina maana kwamba Waislamu wanapaswa kukubali mafundisho yote ya Allah na Muhammad bila kubishana:

Surah 33:36:

Haifai kwa mwanamume Muumini wala kwa mwanamke Muumini, Allah na Mtume wake wanapotoa amri yoyote, kuwa na hiari katika uamuzi wao. Na mwenye kumuasi Allah na Mtume wake, hakika amepotoka upotovu wa wazi. (The Monotheist Group)

Qur'an inafundisha wazi kwamba Muislamu hawezi kuasi "amri/uamuzi" wa Allah au Muhammad na bado abaki Muislamu. Kwa kweli, Qur'an inafundisha kwamba kumtii Muhammad ni sawa na kumtii Allah:

Surah 4:79-80:

Tumekutuma kwa wanadamu kama Mtume. Allah anatosha kuwa Shahidi. Yeyote anayemtii Mtume amemtii Allah. Na yeyote anayepuuza, hatukukutuma kuwa mlinzi wao. (A. Bewley)

Hii ina maana kwamba Waislamu wanapaswa kuamini mafundisho ya Allah yanayosema:

1. **Hakuna mbeba mzigo atakayebeba mzigo wa mwingine.**
2. **Baadhi ya watu watabeba mizigo ya wengine.**

Na pia wanapaswa kuamini mafundisho ya Muhammad yanayosema kwamba Allah atawaadhibu Wakristo na Wayahudi motoni kwa dhambi za Waislamu. Tusome hadithi nne muhimu kutoka kwa Muhammad:

Sahih Muslim, Kitabu cha 37, Hadith 6665:

Mtume wa Allah alisema: Itakapokuwa Siku ya Kiyama, Allah atamtoa kila Muislamu Myahudi au Mkristo na kusema: Huyu ndiye wokovu wako kutoka kwa Moto wa Jahanamu.

Je, Myahudi au Mkristo atamwokoaje Muislamu kutoka Motoni? Kwa kuchukua nafasi ya huyo Muislamu Motoni.

Sahih Muslim, Kitabu cha 37, Hadith 6666:

Mtume wa Allah alisema: Hakuna Muislamu atakayekufa ila Allah atamweka Myahudi au Mkristo Motoni badala yake.

Muhammad alifundisha wazi kwamba Allah atawapeleka Wayahudi na Wakristo Motoni ili kuwaokoa Waislamu. Lakini hali inazidi kuwa mbaya zaidi. Haijalishi ni dhambi kubwa kiasi gani Waislamu wamefanya, Allah atahamisha dhambi zao kwa Wayahudi na Wakristo na kuwafanya wabebe mzigo wa dhambi za Waislamu.

Sahih Muslim, Kitabu cha 37, Hadith 6668:

Mtume wa Allah alisema: "Watakuwepo watu miongoni mwa Waislamu Siku ya Kiyama wakiwa na dhambi zao nzito kama milima, na Allah atawasamehe na kuweka badala yao Wayahudi na Wakristo."

Waislamu ambao wamebeba dhambi nzito kama milima hawana sababu ya kuwa na wasiwasi. Allah atawaadhibu Wayahudi na Wakristo kwa mzigo huo mkubwa wa dhambi.

110 Ahadith Qudsi, Hadith Nambari 8:

Mtume wa Allah alisema: "Siku ya Kiyama, Ummah (taifa) langu litakusanywa katika makundi matatu. Kundi moja litaingia Peponi bila kuhesabiwa matendo yao. Kundi jingine litahesabiwa hesabu rahisi na kuingia Peponi. Kundi jingine litakuja likiwa limebeba dhambi kwenye migongo yao kama milima mikubwa... Allah atawauliza malaika ingawa Yeye anajua vyema kuhusu wao: Hawa ni akina nani? Malaika watajibu: Hawa ni waja wanyenyekevu wa kwako. Allah atasema: Shusha dhambi kutoka kwao na ziweke juu ya

Wayahudi na Wakristo; kisha waacheni waja wanyenyekevu waingie Peponi kwa rehema zangu."

Hata kama dhambi za Waislamu ni nzito kama milima mikubwa, Allah atawaamuru malaika Siku ya Kiyama kushusha dhambi hizo na kuziweka juu ya Wayahudi na Wakristo.

Muhammad alifundisha kutoka kwenye Qur'an kwamba **"hakuna mbeba mzigo atakayebeba mzigo wa mwingine."** Lakini, akijipinga, pia alifundisha kutoka kwenye Qur'an hiyo hiyo kwamba baadhi ya watu watachukua mzigo wao wenyewe na mizigo ya wengine. Hili linaonyesha kwamba Muhammad alikuwa akibuni ufunuo kadri alivyokuwa akiendelea.

Waislamu wanahoji kwamba ni dhuluma na si haki kwa Mungu kumwadhibu mtu mmoja kwa dhambi za wengine. Hata hivyo, tunakuta Muhammad akifundisha kwamba hili ndilo hasa Allah atakalofanya. Kwa hiyo, kulingana na hoja za Waislamu, Muhammad lazima awe nabii wa uongo kwa sababu mafundisho yake yanamtuhumu Allah kuwa dhalimu na asiye na haki.

Waislamu, ikiwa mnapanga kutumia hoja ya kudai Hadith hizi ni dhaifu, tuna habari kwenu. Hadith zote zilizotajwa katika makala hii zimeainishwa kama **Sahih (Zenye Uhakika).** Waislamu wana tabia ya kukataa kwa udanganyifu Hadith yoyote inayopingana na toleo lao lililofifia la Uislamu. Ikiwa Waislamu wanakataa Hadith hizi zote za Sahih, basi wanatupa nje taarifa bora za kihistoria walizonazo kuhusu Mtume wao. Ni muhimu kukumbuka kwamba Waislamu wanaokataa Hadith wanaainishwa kama **wasiomwamini (makafiri)** katika Uislamu.

QURAN INADHIRISHA KWAMBA YESU PEKEE ANAWEZA KUBEBA DHAMBI ZETU

Waislamu wanajulikana kwa kuchagua na kufuata aya za Qur'an wanazotaka kuamini. Watapuuza kiakili aya zinazofichua kasoro za Uislamu. Watajifanya kuwa aya hizo hazipo. Pia, Waislamu hufanya hivyo hivyo kwa mafundisho ya Muhammad. Watajifanya kwamba Muhammad hakusema mara kwa mara kuwa Allah atawaadhibu Wayahudi na Wakristo Motoni kwa dhambi za Waislamu.

Kuna sababu kwa nini Waislamu wanachagua kuamini tu aya za Qur'an zinazosema, **"hakuna mbeba mzigo atakayebeba mzigo wa mwingine."** Sababu ni kwamba aya hii inaweza kutumiwa kuishutumu Ukristo. Hebu tuwafanyie wema. Tutaangazia sehemu wanayotaka kuamini. Tutasoma tena aya ya Qur'an ambayo Waislamu kwa makusudi huchagua kuikubali kama kweli huku wakipuuza aya zote zinazohusiana:

Surah 6:164: Sema: "Je! Nimtafute Mola mwingine badala ya Allah, naye ni Mola wa kila kitu? Hakuna nafsi itakayofanya (mabaya) ila dhidi yake yenyewe, na hakuna mbeba mzigo atakayebeba mzigo wa mwingine." (Shakir)

Angalia kwa makini kile Allah anachosema katika aya hii. Aya hii haisemi, **"hakuna mtu atakayebeba mzigo wa mwingine,"** bali inasema, **"hakuna mbeba mzigo atakayebeba mzigo wa mwingine."** Kwa maneno mengine, hakuna mtu aliye na mzigo wa dhambi anayeweza kubeba mzigo wa dhambi za mwingine. Kwa nini? Hii ni kwa sababu mwenye dhambi hawezi kubeba dhambi za wengine wakati bado ana dhambi zake za kushughulikia. Hivyo, hakuna aliye na mzigo wa dhambi anayeweza kubeba mizigo ya wengine.

Hili ni fundisho bora la kiteolojia, na Wakristo wanakubaliana kabisa nalo. Kwa kweli, karne nyingi kabla ya kuwasili kwa Qur'an, Biblia ilifundisha na kuthibitisha ukweli huu wa msingi:

Zaburi 49:7: "Hakuna hata mmoja anayeweza kumkomboa ndugu yake. Wala kutoa fidia kwa Mungu kwa ajili yake."

Kwa hiyo, ni mbadala gani unaobaki wazi katika Biblia na Qur'an? Kwamba ni mtu asiye na dhambi na asiye na mzigo wa dhambi pekee anayeweza kubeba mzigo wa dhambi za wengine. Je, tunamfahamu mtu asiye na dhambi na asiye na mzigo wa dhambi?

Waislamu, ikiwa mnafikiri ni Muhammad, tunawahimiza kufungua Qur'an yenu na kusoma aya zifuatazo:

Surah 40:55: (Muhammad), vumilia. Ahadi ya Mungu ni kweli. Tafuta msamaha kwa ajili ya dhambi zako na umtukuze Mola wako kwa sifa zake jioni na asubuhi. (Sarwar)

Surah 47:19: Basi jua ya kwamba hapana anayestahili kuabudiwa ila Allah. Na omba msamaha kwa dhambi zako, (Ewe Muhammad) na kwa dhambi za wanaume na wanawake wote waumini. (M. Shafi)

Surah 48:2: Ili Allah asamehe dhambi zako zote, zilizotangulia na zijazo, na ili akamilishe baraka zake juu yako na akuongoze kwenye njia iliyonyooka. (Munir Munshey)

Allah anamuamuru Muhammad mara kwa mara aombe msamaha kwa dhambi zake. Kama mwenye dhambi, Muhammad mwenyewe anahitaji mkombozi. Baada ya kusoma aya hizi za Qur'an, sasa soma Hadith ifuatayo ambapo Muhammad anakiri:

Sahih Bukhari, Juzuu ya 8, Kitabu cha 75, Hadithi 319:

Mtume wa Allah alisema: "Wallahi! Mimi pia naomba msamaha wa Allah na kutubu kwake zaidi ya mara sabini kwa siku."

Sahih Muslim, Juzuu ya 4, Kitabu cha 41, Hadithi 6878:

Abu Huraira alisimulia: Nilimsikia Mtume wa Allah akisema: "Wallahi! Ninaomba msamaha wa Allah na kutubu kwake zaidi ya mara sabini kwa siku."

Muhammad mwenyewe alikiri mara kwa mara kuwa alikuwa na dhambi na alihitaji msamaha wa Allah. Kwa hivyo, Muhammad hawezi kuwa mtu asiye na dhambi.

Kwa upande mwingine, Yesu ndiye pekee aliyeishi maisha yasiyo na dhambi. Hii inathibitishwa na Qur'an yenyewe:

Surah 19:19: Malaika alisema: "Mimi ni mjumbe wa Mola wako ili nikupatie mtoto safi." (Pickthall)

Maneno yaliyotumika hapa ni "mtoto safi," yakimaanisha Yesu alizaliwa bila dhambi. Hii ni tofauti na wanadamu wengine wote ambao wameathiriwa na dhambi ya asili. Kwa hivyo, Yesu pekee ndiye anayestahili kubeba mzigo wa dhambi za wanadamu.

Biblia inathibitisha ukamilifu wa Yesu:

1 Petro 2:22: "Yeye hakutenda dhambi, wala hila haikupatikana kinywani mwake."

2 Wakorintho 5:21: "Mungu alimfanya Yeye asiyejua dhambi kuwa dhambi kwa ajili yetu, ili sisi tupate kuwa haki ya Mungu katika Yeye."

Hii inaonyesha wazi kwamba Yesu pekee ndiye aliyefaa kubeba dhambi za wanadamu wote. Uislamu, kupitia Qur'an, unakubaliana kwamba Yesu ni "mtoto safi." Lakini wakati huo huo, unakana fidia ya Yesu kwa dhambi za wanadamu. Hii ni moja ya utata mkubwa wa mafundisho ya Kiislamu.

Ikiwa Qur'an inakubali kwamba Yesu hakuwa na dhambi, basi Waislamu wanapaswa kufikiria upya msimamo wao kuhusu mafundisho ya Kikristo ya fidia ya Yesu. Je, kweli ni busara kuikataa?

Sahih Bukhari, Juzuu ya 8, Kitabu cha 75, Hadithi Namba 319:

"Wallahi! Mimi huomba msamaha kwa Allah na kutubu kwake zaidi ya mara sabini kwa siku."

Zaidi ya mara 70 kwa siku! Hii ni kama kuomba msamaha kila baada ya dakika 20. Muhammad alikuwa akifanya dhambi gani mara kwa mara? Hili linathibitisha wazi kuwa Muhammad alikuwa mtenda dhambi wa kawaida, huku Qur'an ikishuhudia kuwa Yesu hana dhambi. Malaika alimwambia Mariamu:

Surah 19:19: "Akasema: Mimi ni mjumbe tu wa Mola wako, ili nikupatie mtoto msafi." (Pickthall)

"Mimi ni mjumbe tu kutoka kwa Mola wako, ili nikutangazie zawadi ya mtoto mtakatifu." (Yusuf Ali)

Qur'an inamwelezea Yesu kama "msafi" na "mtakatifu." Hakuna mtu mwingine anayeelezewa hivyo. Kwa kweli, Muhammad anakiri kwamba isipokuwa Yesu, Shetani humgusa kila mtoto anayezaliwa ulimwenguni. Shetani hakuweza kabisa kumgusa Yesu.

Sahih Bukhari, Juzuu ya 4, Kitabu cha 54, Hadithi Namba 506:

Mtume alisema: "Kila mwanadamu anapozaliwa, Shetani humgusa pande zote mbili za mwili wake kwa vidole vyake viwili, isipokuwa Yesu, Mwana wa Mariamu, ambaye Shetani alijaribu kumgusa lakini akashindwa, hivyo akagusa kifuniko cha kondo la nyuma badala yake."

Biblia inakubali kwamba Yesu sio tu wa kipekee bali pia inatangaza mara kwa mara kuwa hana dhambi:

Waebrania 4:15: "Kwa maana hatuna kuhani mkuu asiyeweza kushiriki udhaifu wetu, bali tuna mmoja ambaye alijaribiwa kwa kila hali kama sisi, lakini bila dhambi."

1 Petro 2:21-22: "Kwa kweli, mlitiwa wito kwa ajili ya jambo hili, kwa sababu Kristo aliteseka kwa ajili yenu, akiwaachia kielelezo ili mfuate hatua zake kwa karibu. Hakufanya dhambi, wala hila haikupatikana kinywani mwake."

1 Yohana 3:5: "Nanyi mnajua kwamba alidhihirishwa ili aondoe dhambi zetu, na ndani yake hamna dhambi."

Ujumbe wa Ukristo ni kwamba mtu mmoja anayestahili kubeba mzigo wa dhambi zetu alifanya hivyo ili kutuokoa. Ujumbe wa Uislamu ni kwamba mtu mmoja anayestahili kubeba mzigo wa dhambi zetu hakufanya hivyo. Na Yesu anathibitisha Ujumbe wa Ukristo:

Mathayo 20:28: "Kama vile Mwana wa Adamu alikuja, si kuhudumiwa, bali kuhudumu na kutoa nafsi yake iwe fidia badala ya wengi."

Tofauti na Muhammad, Yesu hakuwa akibuni ufunuo wa kadri alivyoendelea. Cha kushangaza, miaka 700 kabla ya kuja kwa Yesu, Nabii Isaya alitabiri kuhusu kusudi la Mungu la kumtuma Yesu duniani. Chini ya uvuvio, Nabii Isaya alifichua kuwa Yesu alitumwa kwa wanadamu kwa kusudi la kubeba dhambi zetu kupitia kifo chake:

Isaya 53:11: "Kwa maarifa yake yule mtakatifu, mtumishi wangu, ataleta hali ya haki kwa watu wengi, na dhambi zao atazibeba."

Kuna maelewano kamili kati ya mafundisho ya kiungu ya Agano la Kale na Maandiko ya Agano Jipya. Hata hivyo, Uislamu unakataa kazi ya wokovu ya Yesu. Matokeo yake, Waislamu wanabaki na Kitabu kinachojipinga chenyewe na Mtume ambaye anashtua kwa kuhamisha dhambi za wafuasi wake kwa Wayahudi na Wakristo. Na Waislamu wanafikiria kuwa ni sisi tuna tatizo la kiteolojia kwenye suala hili!

Kwa masikitiko makubwa kwa Waislamu, viongozi wao wa kidini huficha kile ambacho Qur'an inafundisha kwa kweli. Wanawaficha kile ambacho Muhammad alifundisha kwa kweli katika Hadith. Sababu ya viongozi wa kidini wa Uislamu kutoonyesha kile ambacho vyanzo vyao vya Kiislamu vinafundisha ni kwa sababu wanahofia kwamba Waislamu wataelewa kuwa maoni ya Muhammad kuhusu wokovu ni ya kuchanganya na yanayojipinga. Wanaogopa kwamba Waislamu wataipoteza imani yao katika Uislamu. Kwa hiyo, wanawafanya Waislamu wabaki katika hali ya kutojua ili Uislamu uendelee kustawi.

Tunapenda kumalizia makala haya kwa kuwaacha Waislamu na swali hili la kujiuliza: Ikiwa viongozi wenu wa kidini wanaficha kile ambacho Muhammad alifundisha kweli kuhusu wokovu, ni nini kingine wanachowaficha kuhusu Uislamu?

CHAPTER 04

SURAH 3:54 – ALLAH ANAWADANGANYA WAISLAM NA WAKRISTO

Amini usiamini, Allah anawadanganya Waislamu na Wakristo katika Qur'an. Jambo la kusikitisha kwa Waislamu ni kwamba Qur'an inafichua wazi kwamba Allah alimdanganya Muhammad kwa ufunuo wa uongo. Na Allah mwenyewe anakubali udanganyifu huu katika Qur'an. Qur'an inashuhudia wazi kwamba Allah ni mdanganyifu. Katika makala haya, tutaonyesha akaunti tatu katika Qur'an ambazo zitathibitisha bila shaka kwamba Allah aliwadanganya: (1) Muhammad (2) Waislamu (3) Wakristo.

Qur'an inasema wazi mara nyingi kwamba Allah ni "mbora wa wadanganyifu."

Surah 3:54: *"Na walipanga hila, na Allah akapanga hila, na Allah ndiye mbora wa wapangaji wa hila."* (M. A. Samira)

Tafsiri ya moja kwa moja: *"Na walipanga njama na Allah akapanga njama, na Allah ndiye mbora wa wapangaji wa njama."*

Transliteration (asili ya Kiarabu): *Wa-makaroo wa-makara Allahu wa-Allahu khayru al-makireena.*

Siyo tu kwamba aya hii ya Qur'an inaonyesha kuwa Allah ni mdanganyifu, bali pia inathibitisha kwamba anashindana na wanadamu wa kawaida kuwa bora katika udanganyifu. Ni muhimu kukumbuka kwamba si maadui wa Uislamu bali ni Qur'an yenyewe inayomtambulisha Allah kama *"Allahu khayru al-makireena."* Inapotafsiriwa, inasomeka: *"Allah ndiye mbora wa wadanganyifu."* Kwa faida ya wasomaji wetu, tumetoa maana ya maneno muhimu ya Kiarabu katika Surah 3:54:

- **"Khayru"** maana yake ni "mbora wa."
- **"Al-makireena"** maana yake ni "wale wanaodanganya."
- **"Makaroo"** ambayo maana yake ni "udanganyifu" inatokana na mzizi wa neno **"Makr."**
- **"Makara"** ambayo pia inatokana na mzizi huo huo **"Makr"** maana yake ni "kudanganya."
- **"Makir"** linamaanisha mtu anayefanya udanganyifu – "Mdanganyifu."

Maneno haya yote ya Qur'an yanaweza kuthibitishwa kwa urahisi kwa kulinganisha maana yake katika kamusi za Kiarabu zenye heshima kama vile *Al-Mawrid*. Fikiria, Allah akijielezea kama *"mbora wa wadanganyifu"* katika Qur'an. Kitenzi **"makara"** kinachomaanisha *"kudanganya"* kinatumika daima kwa namna ya kudhalilisha na si katika muktadha chanya. Kwa kweli, Biblia ya Kiarabu inatumia neno hili hili kwa Shetani katika Mwanzo 3:1.

Watafsiri wengi wa Qur'an hawataki kuhusisha sifa hii na Allah. Kwa sababu hiyo, wanatafsiri neno hili kimakusudi kwa njia tofauti. Tafsiri nyingi za Waislamu hutoa maana tofauti ya kitenzi "makara" kinapohusishwa na makafiri na kinapotumika kwa Allah. Wanapotosha maana kwa makusudi, licha ya kwamba neno hilo hilo limetumika katika matukio yote mawili. Linganisha tafsiri halisi ya Surah 3:54 iliyo hapo juu na baadhi ya tafsiri za kisasa tunazopata leo. Tazama jinsi watafsiri wengine wanavyotafsiri "makara" kwa njia ya kudanganya ili kupunguza athari mbaya ya neno hili kwa tabia ya Allah:

Surah 3:54: *"Kisha, makafiri (Wayahudi) wakapanga siri ya kumuua 'Isa (Yesu), lakini Allah alitengeneza mpango wake wa siri ili kumlinda 'Isa (Yesu). Na Allah ni Mbora wa wapangaji wa siri."* (Tahir-ul-Qadri)

Kama tunavyoweza kuona, inapohusiana na makafiri, watafsiri wa Qur'an hawana tatizo katika kuelewa "makara" kuwa makafiri "walidanganya" au "walipanga njama za siri" ili kutekeleza njama yao mbaya. Hata hivyo, inapokuja kwa Allah, wanatafsiri neno hilo hilo "makara" kwa njia ya udanganyifu ili kumaanisha mpango usio na hatia au njia ya kawaida ya kutenda. Inawezekanaje neno lile lile katika sentensi moja kuwa na maana mbili tofauti?

Kwa kweli, kuna matukio mengi katika Qur'an yanayotumia "makara" kumhusu Allah. Angalia sasa aya kadhaa za Qur'an pamoja na tafsiri halisi zilizotolewa na Waislamu wenyewe:

Surah 8:30: *"Na walipokuwa wale waliokufuru wakikupangia hila ili wakufunge au wakuue au wakutoe, na wakapanga hila, na Allah akapanga hila, na Allah ni mbora wa wapangaji wa hila."* (M. A. Samira)

Tafsiri halisi: *"Na walipokuwa wale waliokufuru wakikupangia njama ya kukuuwa au kukutoa, na wakapanga njama na Allah akapanga njama, na Allah ni mbora wa wapangaji wa njama."*

Ili kuelewa zaidi maana halisi ya "makara," ni muhimu kuzingatia tafsiri ya Ibn Ishaq kuhusu neno hili kama linavyoonekana katika Surah 8:30. Ibn Ishaq (761 C.E.) alikuwa mwanahistoria wa awali wa Uislamu. Katika kazi yake mashuhuri ya kihistoria inayojulikana kama **"Sirat Rasul Allah,"** alisema yafuatayo:

"Kisha anakumbusha Mtume fadhila zake juu yake wakati watu walipopanga njama dhidi yake 'kumwua, au kumjeruhi, au kumtoa nje; na walipanga na Allah akapanga, na ni mbora wa wapangaji.' yaani, Nilidanganya kwa hila zangu madhubuti ili nikukomboe kutoka kwao." (*The Life of Muhammad: A Translation of Ibn Ishaq's Sirat Rasul Allah*, kwa maelezo na maelezo ya Alfred Guillaume, uk. 323 – Oxford University Press, Karachi, toleo la kumi 1995).

Tofauti na watafsiri wa kisasa wanaojaribu kuficha maana halisi ya aya hii ya Qur'an, Ibn Ishaq aliitafsiri "makara" kwa usahihi ikimaanisha kwamba Allah "alidanganya" makafiri kwa "hila zake za kudumu." Neno "hila" linaelezwa kama "werevu." Pia lina maana ya "ujanja" au "udanganyifu wa kisanii." Hebu sasa tuangalie aya nyingine ya Qur'an:

Surah 10:21: *"Na tukiwapa watu wadhihirie rehema baada ya shida kuwagusa, basi mara wanapanga hila katika aya zetu. Sema: 'Mungu ni mwepesi zaidi katika hila; bila shaka wajumbe wetu wanaandika mnachohadaa.'* (M. A. Samira)

Tafsiri halisi: *"Na tukiwafanya watu waonje rehema baada ya shida au dhiki kuwagusa, basi kwao ni hila katika aya zetu. Sema: 'Allah ni mwepesi zaidi katika hila, wajumbe wetu wanaandika mnachohadaa.'"*

Tafsiri hizi halisi zote zinaonyesha kuwa hila za Allah ni sawa na udanganyifu, ujanja, na kuhadaa. Haijalishi jinsi watafsiri wa Kiislamu wanavyojaribu kuficha maana halisi, kuna ushahidi wa kutosha kuthibitisha bila shaka kuwa Allah kwa hakika ni mdanganyifu. Hata kama Waislamu watafumbia macho ukweli wote uliotolewa hapo juu, kuna matukio matatu yasiyopingika katika Qur'an yanayoonyesha kuwa Allah ni mdanganyifu kwa hakika.

1. **Tukio la kwanza** linaonyesha jinsi Allah alivyomdanganya Muhammad kwa ufunuo wa uongo.
2. **Tukio la pili** linathibitisha jinsi Allah alivyo wadanganya Waislamu kwa unabii wa uongo.
3. **Tukio la tatu** linafunua jinsi Wakristo walivyodanganywa na udanganyifu wa Allah.

Kudanganya kunamaanisha "kumfanya mtu kuamini jambo ambalo si kweli." Kwa maneno mengine, kunamaanisha "kusema uongo, kumhadaa, kumpotosha, kutumia hila, au kuwa mwongo kwa mtu." Je, hili ni kweli kwa Allah? Je, aliwahi kumsababisha mtu kuamini jambo ambalo si kweli? Waislamu wanapaswa kuzingatia kwa makini aya zifuatazo za Qur'an.

ALLAH ANAMDANGANYA MUHAMMAD KWA UFUNUO WA UONGO

Surah 8:43-44: *"Na kumbuka pale Allah alipokuonyesha (maadui) wachache katika ndoto yako (yaani ya Muhammad), na lau angekuonyesha kuwa ni wengi, mngalivunjika moyo na* *mngalibishana katika jambo hilo. Lakini Allah aliwaokoa. Hakika Yeye ni Mjuzi wa yaliyomo vifuani. Na (kumbuka) wakati mlipokutana (na majeshi ya makafiri Siku ya vita vya Badr), aliwaonyesha kuwa wachache machoni penu na akakufanyeni kuonekana wachache machoni mwao, ili Allah apate kutekeleza jambo lililoamriwa (katika Ujuzi Wake). Na kwa Allah mambo yote hurudishwa (kwa maamuzi)."* (Hilali-Khan)

"Na kumbuka wakati Allah alipokuonyesha maadui wachache machoni pako (ewe Muhammad) katika ndoto yako, na lau angekuonyesha kuwa wengi, mngalishindwa na mngebishana katika jambo hilo. Lakini Allah aliwaokoa. Hakika, Yeye anajua yaliyomo vifuani mwa watu. Na alipo wafanya (Waislamu) walipokutana nao kuwaona wachache machoni mwao, na pia akakufanyeni kuonekana wachache machoni mwao, ilikuwa ni ili Allah akamilishe jambo ambalo lilipaswa kufanyika. Na kwa Allah mambo yote hurudishwa." (Pickthall)

Katika **Tafseer** yake juu ya Surah 8:43-44, Ibn Kathir alisema yafuatayo:

Mujahid alisema, "Katika ndoto, Allah alimwonyesha Mtume maadui wakiwa wachache. Mtume aliwasilisha habari hii kwa Maswahaba wake na azma yao ikaimarika." Hili pia lilisemwa na Ibn Ishaq na wengine kadhaa. Allah alisema: 'Kama Angewaonyesha kuwa wengi, mngepoteza moyo na mngekwepa kukutana nao kwa woga na mngalibishana miongoni mwenu.' Lakini Allah aliwaokoa kutokana na yote haya alipo wafanya kuwaona wachache.

Allah aliendelea kusema: *(Na kumbuka mlipokutana, Akawaonyesha kuwa wachache machoni penu) linaonyesha huruma ya Allah kwa waumini. Allah aliwafanya kuwaona* *makafiri wachache machoni mwao, ili wawe na hamasa na uthabiti wa kuwapigania. Abu Ishaq As-Subai'i alisema kwamba Abu Ubaydah alisimulia kuwa Abdullah bin Mas'ud alisema: "Walionekana wachache machoni mwetu wakati wa vita vya Badr, kiasi kwamba nilimwambia mtu aliyekuwa karibu nami, 'Unadhani wako sabini?' Akasema, 'Badala yake, ni mia moja.' Hata hivyo, tulipomkamata mmoja wao na kumuuliza, alisema, 'Tulikuwa elfu moja.'" Ibn Abi Hatim na Ibn Jarir walirekodi hili.*

Allah alisema pia: *(Na Akakufanyeni kuonekana wachache machoni mwao.)* Allah alifanya hili kwa ajili ya kuhamasisha kila kikundi dhidi ya kingine, kulingana na Ikrimah, kama ilivyonukuliwa na Ibn Abi Hatim.

Ndoto ambayo Muhammad alipata si ndoto ya kawaida ambayo watu huota kila siku. Ilikuwa ni ndoto iliyoongozwa na Mungu – ndoto iliyoongozwa moja kwa moja na Allah mwenyewe. Kwa hakika, ni zaidi ya ndoto; ilikuwa ni ufunuo kutoka kwa Allah. Mapenzi ya kimungu ya Allah kwa Waislamu kupigana dhidi ya makafiri yalifunuliwa kwa Muhammad kupitia ndoto hiyo. Maelezo ya ndoto hiyo yakawa sehemu muhimu ya "ujumbe ulioongozwa kimungu" wa Allah ndani ya Qur'an. Ndoto zilikuwa moja ya njia ambazo Allah alitumia kuhamasisha ujumbe wa Qur'an.

Sahih Bukhari, Juzuu ya 9, Kitabu cha 87, Hadithi Na. 111:
Imepokelewa kutoka kwa 'Aisha: Kuanzishwa kwa Ufunuo wa Kimungu kwa Mtume wa Allah kulikuwa kwa njia ya ndoto nzuri zenye haki (za kweli) katika usingizi wake.

Je, Waislamu wanaweza kuelewa kikamilifu maana ya kitendo cha Allah? Ili kuwahamasisha waumini wake kutekeleza matakwa yake, Allah alikimbilia kwa uongo na udanganyifu. Allah aliongoza ndoto ya udanganyifu ili kumdanganya Muhammad kwa kuonyesha majeshi ya wapinzani kuwa wachache kuliko walivyokuwa halisi. Kama mhasibu mdanganyifu, Allah alibadilisha takwimu. Allah hata anakubali kwamba sababu yake ya kupotosha ukweli ilikuwa ni kuwahadaa Waislamu wapate kujiamini kwa uongo. Kwa nini? Kwa sababu aliogopa kwamba ukweli ungefanya waache kupigana kwa ajili yake. Allah alidanganya makusudi Waislamu kupitia ndoto hii ili kuwafanya wapigane kwa ajili yake. Hivyo, alimdanganya Muhammad ili pia awadanganye Waislamu. Allah alirudia udanganyifu huo siku ya vita halisi kwa kufanya idadi ya jeshi la wapinzani ionekane kuwa ndogo machoni pa Waislamu kuliko ilivyokuwa kweli. Je, Mungu wa kweli angeweza kutenda kwa njia ya udanganyifu kama hii?

Unadhani nini kuhusu uadilifu wa wazazi wanaodanganya au kuibia ili kuwafanya watoto wao wawe watiifu kwao? Je, wazazi kama hao wangekuwa kielelezo bora cha uaminifu kwa watoto wao? Mungu anapaswa kuwa kiwango cha juu zaidi cha maadili katika sifa zote njema. Hata hivyo, katika Qur'an tunamkuta Allah akiwadanganya waumini wake kwa ufunuo wa uongo. Ikiwa ndoto iliyoongozwa na Allah ni upotoshaji wa ukweli, tunaweza kuwa na hakika gani kuhusu uaminifu wa ufunuo wake mwingine wote katika Qur'an? Kama ndoto ya udanganyifu, je, ufunuo wake mwingine pia hauwezi kuwa wa kughushi? Na Waislamu wanaweza kuwa na uhakika gani kwamba hakuupotosha mafundisho ya Qur'an ili kuendana na malengo yake mwenyewe?

Waislamu wengine wanadai kwamba Allah huwadanganya tu makafiri wanaostahili kudanganywa. Hata hivyo, akaunti ya hapo juu inaonyesha wazi kwamba hata Waislamu wa awali hawakuachwa. Wao pia walipotoshwa na Allah. Zaidi ya hayo, kwa kuwa Allah anadai kuwa yeye ni "mbora wa wadanganyifu," kwa nini hakuweza kuwadanganya makafiri kupoteza vita bila kumdanganya Muhammad na Waislamu kwa wakati mmoja? Ni ukweli usiopingika kwamba kuna uongo uliopuliziwa ndani ya Qur'an.

ALLAH ANAWADANGANYA WAISLAMU KWA UNABII WA UONGO

Kwa Waislamu wanaoamini bado kwamba Allah ndiye Mungu wa kweli, itakuwa vyema kufikiria unabii wa kimungu wa Allah ulio katika Qur'an:

Surah 8:65: *Ewe Nabii! Wahimize Waumini kupigana. Ikiwa kuna ishirini miongoni mwenu, wenye subira na ustahimilivu, watawashinda mia mbili. Ikiwa mia, watawashinda elfu moja ya Makafiri.* (Yusuf Ali)

Allah alitabiri bila shaka kwamba kuanzia sasa – tangu unabii huu wa Qur'an ulipofunuliwa – mpiganaji mmoja wa Kiislamu atakayeshiriki vita "atawashinda" wapiganaji kumi wa maadui. Allah anahakikisha ushindi huu wa kushangaza katika kila mapambano kati ya Waislamu na maadui wao. Hili ni jambo la ajabu sana. Hii ina maana kwamba ushindi wa Waislamu ni hitimisho lisiloepukika. Ni jambo lililohakikishwa kutimia. Hivyo, ushindi umethibitishwa hata kabla ya wapiganaji wa Kiislamu kupambana na maadui zao. Mafanikio ya vita hayaegemei mikononi mwa wapiganaji wa Kiislamu bali katika mapenzi makubwa ya Allah. Allah alikuwa na uhakika sana wa matokeo haya hata akauthibitisha unabii huo kwa kuuweka milele ndani ya Qur'an. Je, kuna yeyote au chochote kinachoweza kubadilisha mapenzi yaliyokusudiwa ya Allah?

Pigo la kimungu kwa Waislamu! Aya moja tu baadaye, Allah alibatilisha unabii wake mwenyewe usioweza kushindwa. Alibatilisha unabii huo ambao aliutabiri kwa usahihi uwiano wa idadi ya maadui ambao wapiganaji wa Kiislamu wangekuwa na uwezo wa kuwashinda vitani. Allah alimhakikishia Muhammad hivi lakini akashindwa. Na Allah alilazimika kwa aibu kubatilisha na kubadilisha unabii wake ulioshindwa kwa unabii mwingine. Unabii huu unaopingana na wa awali unasema:

Surah 8:66: *Kwa sasa, Allah amepunguza mzigo wako, kwa kuwa anajua kuwa kuna udhaifu ndani yako. Lakini hata hivyo, ikiwa kuna mia miongoni mwenu, wenye subira na ustahimilivu, watawashinda mia mbili. Na ikiwa elfu, watawashinda elfu mbili kwa idhini ya Allah, kwa kuwa Allah yuko pamoja na wale wenye subira na ustahimilivu.* (Yusuf Ali)

Kwa nini Allah alibatilisha unabii wake wa kimungu na kubadilisha uwiano kutoka 1:10 hadi 1:2? Ingawa Allah aliahidi katika **Surah 8:65** kwamba wapiganaji wa Kiislamu "watawashinda" maadui mara kumi zaidi ya idadi yao, wapiganaji wa Kiislamu hawakumwamini Allah kwa maisha yao. Muhammad alipowafikishia ujumbe huu wa unabii wa Allah, waliogopa. Walilalamika sana kuhusu nafasi ngumu zisizoonekana kuwa na uwezekano wowote wa kufanikisha walizopaswa kukutana nazo wanapopigana na maadui zao. Vyanzo vya kuaminika vya Kiislamu vinathibitisha hili. Sababu ya kubatilisha unabii wa Allah imeelezwa wazi katika Hadithi ifuatayo:

Sahih Bukhari, Juzuu ya 6, Kitabu cha 60, Hadithi Na. 176:
Imesimuliwa na Ibn Abbas: Wakati aya, "Ikiwa kuna ishirini miongoni mwenu, wenye subira, watawashinda mia mbili," ilipofunuliwa, ilikuwa ngumu kwa Waislamu, ambao walihuzunika sana kwa sababu ya hili. Hivyo, Allah akafunua

aya ifuatayo: *"Kwa sasa, Allah amepunguza mzigo wako, kwa kuwa anajua kuwa kuna udhaifu ndani yako. Lakini hata hivyo, ikiwa kuna mia miongoni mwenu, wenye subira na ustahimilivu, watawashinda mia mbili,"* hivyo Allah akapunguza mzigo kutoka uwiano wa 1:10 hadi 1:2.

Hii inaonyesha kwamba Waislamu hawakuwa na imani ya kutosha katika ahadi ya Allah ya kuwapa ushindi dhidi ya maadui mara kumi zaidi ya idadi yao. Malalamiko yao yaliilazimisha "mapenzi ya kimungu" ya Allah kubadilishwa.

Kwa hivyo, tunaona kwamba Allah alibatilisha unabii wake wa kwanza kwa sababu wafuasi wake hawakuwa na ujasiri wa kukabiliana na hali ngumu ya uwiano wa 1:10 waliowekewa. Allah alilazimika kurudi nyuma na kupunguza kiwango cha changamoto kwa uwiano wa 1:2 ili kuwafanya Waislamu wawe tayari kupigana.

Je, Mungu wa kweli angeweza kufanya hivi? Je, Mungu wa kweli angeweza kutangaza unabii wa kimungu, kuuhalalisha kama sehemu ya kitabu chake cha milele, na kisha kubadilisha unabii huo kwa sababu wafuasi wake walihisi kwamba maagizo yake yalikuwa magumu sana kufuatwa?

Hii inaleta maswali mazito kuhusu uaminifu wa unabii wa Allah na dhana ya "kitabu cha milele" cha Qur'an. Je, kitabu kinachobadilisha unabii wake wenyewe kinaweza kuaminika kama kitabu cha ufunuo wa Mungu wa kweli? Je, Allah anaweza kweli kuwa Mungu wa milele mwenye maarifa kamili kama anavyodaiwa?

ALLAH ANAWADANGANYA WAISLAMU KWA UNABII WA UONGO

Kwa Waislamu ambao bado wanaamini kuwa Allah ndiye Mungu wa kweli, ni vyema kuzingatia unabii wa kimungu wa Allah uliomo katika Qur'an:

Surah 8:65: *Ewe Nabii! Wahimize Waumini kupigana. Ikiwa kuna ishirini miongoni mwenu, wenye subira, watawashinda mia mbili; ikiwa mia, watawashinda elfu moja ya makafiri.* (Yusuf Ali)

Allah alitabiri wazi kwamba kila mpiganaji mmoja wa Kiislamu atakuwa na uwezo wa kuwashinda maadui kumi, kama sehemu ya mpango wake wa kimungu wa kushinda vita. Lakini, aya inayofuata ilibatilisha unabii huu na kubadilisha uwiano kutoka 1:10 hadi 1:2:

Surah 8:66: *Kwa sasa, Allah amepunguza mzigo wenu, kwa kuwa anajua kuwa kuna udhaifu ndani yenu. Hata hivyo, ikiwa kuna mia miongoni mwenu, wenye subira, watawashinda mia mbili, na ikiwa elfu, watawashinda elfu mbili kwa idhini ya Allah.* (Yusuf Ali)

Swali kubwa ni kwa nini Allah alibatilisha unabii wake wa awali?

Kwa mujibu wa **Sahih Bukhari**, sababu ilikuwa ni kwamba Waislamu walilalamika kuwa uwiano wa 1:10 hauwezekani kufanikisha.

Sahih Bukhari, Juzuu ya 6, Kitabu cha 60, Hadithi Na. 176:
Imesimuliwa na Ibn Abbas: Aya, "Ikiwa kuna ishirini miongoni mwenu, wenye subira, watawashinda mia mbili," ilipofunuliwa, Waislamu walihuzunika sana. Hivyo, Allah akapunguza mzigo huo kwa kufunua, "Kwa sasa, Allah amepunguza mzigo wenu."

Hii inaonyesha nini?

1. **Allah alidanganya:** Aliweka uwiano wa ushindi ambao hangeweza kutimiza.
2. **Allah alibatilisha neno lake mwenyewe:** Alihitaji kubadili "mapenzi yake ya milele" ili kuwafurahisha wafuasi wake.
3. **Mungu wa kweli hawezi kushindwa:** Ikiwa Allah angekuwa Mungu wa kweli, hangehitaji kurudi nyuma katika neno lake.

Je, mabadiliko haya yanathibitisha nini? Unabii wa Allah si wa kuaminika. Hii inaleta maswali mazito kuhusu "ukamilifu" wa Qur'an kama kitabu cha ufunuo wa Mungu wa kweli. Je, ni sahihi kusema kuwa kitabu kinachobadilisha unabii wake ni "milele na kamilifu"?

Waislamu wanapaswa kujiuliza: Ikiwa Allah hangeweza kudumisha unabii wake mwenyewe, anawezaje kudumisha wokovu wao wa milele?

Sahih Bukhari, Juzuu ya 6, Kitabu cha 60, Hadithi Na. 176:

Imesimuliwa na Ibn Abbas: Wakati Aya: 'Ikiwa kuna ishirini miongoni mwenu (Waislamu) wenye subira, watawashinda mia mbili (wasio Waislamu)' ilipoteremshwa, iliwawia Waislamu vigumu kwa sababu iliwalazimu kwamba Mwislamu mmoja hapaswi kukimbia (vitani) mbele ya maadui kumi (wasio Waislamu). Hivyo, (Allah) akapunguza amri hiyo kwa kufunua:

'Lakini sasa Allah ameupunguza mzigo wenu kwa kuwa anajua kuna udhaifu ndani yenu. Hivyo, ikiwa kuna miongoni mwenu mia moja wenye subira, watawashinda mia mbili

(wasio Waislamu).' (Surah 8:66). Hivyo, wakati Allah alipunguza idadi ya maadui ambao Waislamu walipaswa kushinda, uvumilivu na subira yao dhidi ya maadui ulipungua kadri mzigo wao ulivyopunguzwa.

Tunaweza kuona nini? Aya ya Surah 8:66 iliteremshwa tu baada ya Waislamu kuwa waoga na kulalamika vikali kwa Muhammad. Hii inaonyesha kwamba ukosefu wa imani ulisababisha kubatilishwa kwa Neno la milele la Allah. Allah alilazimika kubadilisha unabii wake wa kimungu kwa sababu ya udhaifu wa wanadamu kufuata maelekezo ya kiungu. Matokeo yake, Allah alibadilisha uwiano wa unabii kutoka 1:10 hadi 1:2 katika "Mama wa Vitabu Vyote" – Qur'an Tukufu.

Hii inathibitisha nini?

1. **Allah hana maarifa ya baadaye:** Kama angekuwa na maarifa ya kimungu, angejua mapema kwamba Waislamu hawangeweza kutekeleza maagizo yake ya awali.
2. **Allah hana uwezo wa kutimiza unabii wake:** Ikiwa kweli ni Mungu Mwenyezi, hangehitaji kubadilisha unabii wake.
3. **Allah alidanganya Waislamu:** Ikiwa unabii wa awali ulikuwa sahihi, basi mabadiliko haya yanathibitisha kwamba aliwaficha ukweli Waislamu ili kuwashawishi kupigana kupitia udanganyifu.

Hitimisho:
Moja ya mambo haya yanathibitisha kuwa Allah si Mungu wa kweli. Aidha hana maarifa ya milele, hana uwezo wa kutimiza neno lake, au alidanganya kwa makusudi. Chochote kati ya haya kinatosha kuthibitisha kuwa Allah ni mdanganyifu na si Mwenyezi Mungu.

Sasa, tuone jinsi Yehova Mungu wa kweli alivyoshinda jeshi kubwa la Wamidiani kwa kutumia tu wanaume 300 waliotii maelekezo yake ya kiungu:

Waamuzi 7:1-8: Kisha Yerubaali, yaani, Gideoni, na watu wote waliokuwa pamoja naye wakaamka asubuhi na mapema na kupiga kambi karibu na kisima cha Harodi, wakati kambi ya Midiani ilikuwa upande wa kaskazini wake kwenye kilima cha Moreh katika uwanda wa bonde.

Yehova akamwambia Gideoni: "Kuna watu wengi mno pamoja nawe ili niwape Midiani mikononi mwao. Vinginevyo, Israeli inaweza kujisifu dhidi yangu na kusema, 'Mikono yetu wenyewe ilituokoa.' Sasa, tafadhali, tangaza mbele ya watu: 'Yeyote aliye na hofu na ana tetemeko, na arudi nyumbani.'" Hivyo Gideoni akawaweka watu kwenye mtihani. Mara hiyo, watu 22,000 wakarudi nyumbani, na 10,000 wakabaki.

Bado Yehova akamwambia Gideoni: "Bado kuna watu wengi mno. Wapeleke chini kando ya maji ili niwaweke kwenye mtihani hapo. Nitakaposema, 'Huyu ataenda nawe,' ataenda nawe, lakini nitakaposema, 'Huyu hatakwenda nawe,' hatakwenda nawe." Kwa hiyo akawapeleka watu chini kando ya maji.

Kisha Yehova akamwambia Gideoni: "Watenganishe wote wanaonyonya maji kwa ulimi kama vile mbwa anayonyonya, kutoka kwa wale wanaopiga magoti kunywa." Idadi ya wale waliokuwa wakinyonya maji kwa mkono wao mdomoni ilikuwa wanaume 300. Watu wengine wote walipiga magoti kunywa maji.

Yehova akamwambia Gideoni: "Nitakuokoa kwa wanaume 300 waliolamba maji, nami nitawapa Midiani mikononi mwako. Lakini wape watu wengine wote ruhusa warudi nyumbani." Kwa hivyo baada ya kuchukua vyakula na pembe kutoka kwa watu, akawarudisha watu wote wa Israeli nyumbani, akawaacha wanaume 300 tu. Kambi ya Midiani ilikuwa chini yake kwenye uwanda wa bonde.

Yehova alithibitisha uaminifu wake kwa vitendo vyake vya wazi kabisa kwa Gideoni na Waisraeli. Hii inaonyesha kuwa kwa Yehova, idadi si muhimu. Angeweza kuwaokoa Israeli akiwa na mtu mmoja tu au hata bila mtu yeyote. Lakini alichagua wanaume 300 waaminifu kupitia ambao alionyesha nguvu zake kuu. Na Israeli walishinda vita kama alivyoahidi:

Waamuzi 8:22-23: Baadaye watu wa Israeli wakamwambia Gideoni: "Tutawale wewe, na mwanao, na mjukuu wako pia, kwa maana umetukomboa kutoka mikononi mwa Midiani." Lakini Gideoni akawaambia: "Sitawatawala, wala mwanangu hatatawala juu yenu. Yehova ndiye atakayewatawala."

Mungu wa kweli hatapotosha ukweli kamwe. Huo ni tabia ya Shetani. Hakuna udanganyifu uliotumika. Kwa kupunguza idadi ya wapiganaji, Yehova aliongeza imani ya waabudu wake kwake. Je, Allah hangeweza kufanya vivyo hivyo?

Sasa tutaangalia jinsi Allah alivyowadanganya Wakristo.

ALLAH ANAWADANGANYA WAKRISTO KWA UDANGANYIFU

Surah 3:54: "Kisha wakapanga njama dhidi ya Masihi, na Allah akajibu njama zao kwa njama zake. Allah ndiye mbora wa wapangaji njama." (Maududi)

Kwa karibu miaka elfu mbili, Wakristo wameamini na kutangaza kifo na ufufuo wa Yesu Kristo. Hata hivyo,

Uislamu unakataa kabisa mafundisho haya na kutoa maelezo tofauti. Kulingana na Uislamu, Wakristo wako katika makosa kwa kuamini kwamba Yesu alikufa msalabani. Lakini maelezo ya Kiislamu yanakuja na gharama kubwa kwa Uislamu. Toleo lao la hadithi linamwonyesha Allah kama mdanganyifu wa kutisha.

Qur'an inafundisha kwamba Yesu hakuwawa, lakini ilionekana hivyo tu. Waislamu wanaamini nadharia ya mbadala, wakisema kwamba Allah alimfanya mtu mwingine kufanana na Yesu, ambaye kisha aliuawa badala yake:

Surah 4:157-158: "Na kwa kusema kwao (kwa majivuno), 'Tumemuua Masihi Yesu mwana wa Mariamu, Mtume wa Mungu'; lakini hawakumuua, wala hawakumsulubisha, lakini ilionekana hivyo kwao. Na wale wanaotofautiana juu ya hilo wako katika shaka; hawana ujuzi wowote wa hakika, lakini wanafuata tu dhana; kwa hakika hawakumuua yeye: Bali, Mungu alimwinua yeye kwake; na Mungu ni Mwenye Nguvu, Mwenye Hekima." (Yusuf Ali)

"Na kusema kwao: Hakika tumemuua Masihi, Isa mwana wa Mariamu, Mtume wa Allah; na hawakumuua wala hawakumsulubisha, lakini ilionekana hivyo kwao (kama Isa); na kwa hakika wale wanaotofautiana juu ya jambo hili wako katika shaka; hawana elimu ya hakika, bali wanafuata dhana tu, na kwa yakini hawakumuua. Bali! Allah alimwinua kwake; na Allah ni Mwenye Nguvu, Mwenye Hekima." (Shakir)

Ikiwa aya hizi za Qur'an ni kweli, hii inamaanisha kwamba Ukristo ulianzishwa na kujengwa juu ya uongo kwamba Kristo aliuawa msalabani. Sasa, ni nani aliyesababisha Wakristo kuamini uongo kwamba Yesu aliuawa wakati hakuwa? Ni nani aliyewafanya waamini kuwa Yesu aliuawa? Ni nani aliyewadanganya waamini uongo huu?

Kwa mara nyingine, kulingana na Qur'an, ilikuwa kazi ya mdanganyifu mkuu – Allah. Alidanganya Wakristo wote kuwaamini kwamba Yesu aliuawa.

Kulingana na Qur'an, sababu pekee ya Allah kufanya ionekane kwamba Yesu aliuawa ni kuwadanganya Wayahudi wasiomwamini. Hata hivyo, udanganyifu wa Allah ulipelekea mamilioni ya watu wengine pia kuamini kwamba Yesu aliuawa. Kwa miaka 600 iliyofuata, Allah alikaa kimya na kuangalia makundi makubwa yakigeukia Ukristo wakiwa wanaamini uongo huu. Na Allah aliruhusu kosa hili kuendelea hadi alipotuma Muhammad na Qur'an ili kusahihisha kosa la kidini alilokuwa ameanzisha mwenyewe. Wakristo waliongozwa kufuata dini iliyoanzishwa na udanganyifu wa Allah.

Hakuna mtu hata mmoja – hata wanafunzi waaminifu wa Yesu – aliyefahamu kwamba Yesu alikombolewa kutoka kwa hukumu ya kuuawa kwa kuingilia kwa Allah. Ukweli kwamba wanafunzi wa awali wa Yesu waliamini na kuhubiri kwamba Yesu alisulubiwa unathibitisha kwamba nao pia walidanganywa na udanganyifu wa Allah. Je, wao si waathiriwa wasio na hatia wa njama za Allah? Je, Allah hakuweza kuzuia mipango ya Wayahudi wasiomwamini bila kuwadanganya pia wanafunzi wa Yesu? Ikiwa Qur'an ni ya kweli, basi msingi wa fundisho hili la uongo katika Ukristo unatokana moja kwa moja na Allah. Hili linaibua matatizo makubwa zaidi kwa Uislamu.

Ikiwa wanafunzi wa Yesu walidanganywa bila kukusudia, basi inamaanisha kwamba Allah hakuwa na akili ya kutosha kutambua kwamba alikuwa anaanzisha dini ya uongo kubwa zaidi duniani kama matokeo ya moja kwa moja ya udanganyifu wake. Hata hivyo, ikiwa wanafunzi walidanganywa kwa makusudi, basi hili ni baya zaidi. Hii ina maana kwamba, kama Shetani, Allah yuko katika biashara ya udanganyifu wa kuanzisha dini za uongo. Hii inamaanisha kwamba ama Allah ni mpumbavu sana au mdanganyifu kwa makusudi. Waislamu, chagueni moja. Jambo muhimu ni kwamba Wakristo wasio na hatia walidanganywa na wanaendelea kudanganywa na njama za Allah. Je, njama za Allah za kuzuia mpango wa mauaji wa Wayahudi wasiomwamini zingeweza kuathiri watu wasio na hatia kwa njia mbaya kiasi hicho? Wanadamu wanaweza kulaumu athari za kando, lakini si kwa Mungu. Hakuna makosa ya kukokotoa kwa Mungu. Yeye ni sahihi. Lazima awe.

Ikiwa Allah kweli ni Mwenyezi, je, hangeweza kumwokoa Yesu bila kulazimika kudanganya kila mtu kuhusu hilo? Je, Allah hakuona kwamba udanganyifu wake ungepelekea kuanzishwa kwa dini ya uongo ambayo ingewapotosha mamilioni kutoka kumtumikia yeye? Zaidi ya hayo, ikiwa Allah aliweza kumwinua Yesu moja kwa moja hadi mbinguni kama Qur'an inavyofundisha, basi ni nini kilikuwa kusudi zima la udanganyifu huu? Bila shaka, Wakristo hawakubali maelezo ya Qur'an kuhusu Yesu kuto kufa. Maelezo ya Qur'an yanatumika hapa tu kufichua makosa ya Uislamu na udanganyifu wa Allah.

Tatizo kwa Uislamu halikomei hapa. Qur'an inajipinga yenyewe kuhusu suala hili muhimu. Kinyume na mafundisho yake, Qur'an inaunga mkono msimamo wa Kikristo kuhusu kifo cha Yesu katika aya nyingi. Tutazingatia ushahidi chache tu kuthibitisha hoja yetu. Kwa mfano, Qur'an inasema kwamba wakati Yesu bado alikuwa duniani, Allah alimwambia maneno yafuatayo:

Surah 3:55: *"Hakika, Mwenyezi Mungu alisema: 'Ewe Isa! Hakika nitakufisha, na nitakupandisha kwangu, na nitakutakasa kutoka kwa wale wanaokataa ukweli; na* *nitawaweka wale wanaokufuata juu ya wale wanaokanusha ukweli mpaka Siku ya Kiyama.'"* (Asad)

Kama tunavyoweza kuona waziwazi, **Surah 3:55** inathibitisha kwamba Allah atamfanya Yesu afe kabla ya kumpandisha mbinguni. Hata hivyo, huu si ushahidi pekee unaoonyesha kifo cha Yesu. Katika Qur'an, Yesu anatambuliwa kama Mtume wa Allah. Utambulisho huu wa Yesu umefichuliwa katika aya ifuatayo:

Surah 5:75: *"Masihi, mwana wa Mariamu, si chochote isipokuwa Mtume: Mitume kama yeye walipita kabla yake; na mama yake alikuwa mwanamke mtakatifu. Na wote wawili walikuwa wakila chakula. Angalia jinsi tunavyowaeleza wazi wazi mafunuo, lakini tazama jinsi wanavyogeuka kando!"* (Hamid S. Aziz)

Aya ya Qur'an hapo juu inamtambua Yesu waziwazi kama "Mtume" wa Allah. Na inathibitisha kwamba "Mitume" wote waliokuwa "kabla" ya Yesu "walipita" katika kifo. Hakuna Mwislamu atakayekana hadhi hii ya Yesu katika Qur'an. Baada ya kuthibitisha hili, sasa tutazingatia aya muhimu ya Qur'an:

Surah 3:144: *"Na Muhammad si chochote isipokuwa mtume. Hakika Mitume wote walipita kabla yake. Ikiwa atakufa au kuuawa, je, mtageuka kwa visigino vyenu? Na atakayegeuka kwa visigino vyake hatamduru Allah hata kidogo. Na Allah hakika atawalipa wanaoshukuru."* (Sher Ali)

Aya ya Qur'an hapo juu inathibitisha waziwazi kwamba "Mitume wote" waliokuwa "kabla" ya wakati wa Muhammad "walipita" katika kifo. Ikiwa Yesu hakufa "kabla" ya wakati wa Muhammad, basi **Surah 3:144** iko wazi katika kosa kwani Yesu anatambuliwa bila shaka kama Mtume wa Allah katika

Qur'an. Itakuwa busara kwa Waislamu ambao bado wana msimamo mkali kwamba Yesu hakufa kusoma aya ifuatayo ya Qur'an kwa makini:

Surah 21:35: *"Kila nafsi – bila ubaguzi – itaonja mauti."* (Al-Muntakhab)

Kuna aya kadhaa katika Qur'ani zinazozungumzia kifo cha Yesu. Kwa mfano, Surah 3:55 inasema:

"Lo! God said: 'O Jesus! Verily, I shall cause thee to die, and shall exalt thee unto Me...'"

Hata hivyo, Surah 4:157 inasema:

"and for boasting, 'We killed the Messiah, Jesus, son of Mary, the messenger of Allah.' But they neither killed nor crucified him—it was only made to appear so..."

Kwa hivyo, kuna tafsiri tofauti kuhusu suala hili ndani ya Qur'ani.

Kuhusu suala la ufisadi wa Biblia, baadhi ya Waislamu wanaamini kwamba maandiko ya awali yalipotoshwa. Hata hivyo, Qur'ani inathibitisha kwamba Taurati na Injili zilitumwa na Mungu kama mwongozo kwa wanadamu.

Kwa hivyo, kuna mitazamo tofauti kati ya Waislamu kuhusu uaminifu wa maandiko ya awali.

ALLAH MDANGANYAJI

Ikiwa Qur'ani ni ya kweli, basi kwa mujibu wa mafundisho yake yenyewe, Allah ni mdanganyaji. Na ikiwa Allah ni mdanganyaji, basi Qur'ani haiwezi kuwa ya kweli kwa sababu ni kazi ya mdanganyaji. Ukweli na udanganyifu ni kinyume. Mahali ambapo kuna udanganyifu, haiwezi kuwa na ukweli. Na Mungu ni ukweli. Bila kujali namna tunavyoangalia Uislamu, unajikuta kuwa si wa kweli. Kwa kuzingatia kukiri ndani ya Qur'ani kwamba Allah aliwadanganya Wakristo wa awali na Waislamu wa awali, Waislamu wa leo wanawezaje kuwa na uhakika kwamba wao pia hawadanganywi naye?

Imamu Abu 'Abdullah Al-Qurtubi (1214-1273 BK) alikuwa msomi maarufu wa Sunni wa Kiislamu aliyejikita kwenye masomo ya Hadithi. Waislamu wanadai kwamba kina na upana wa usomi wake vinaonekana katika maandiko yake. Maarufu zaidi ni tafsiri yake ya juzuu ishirini ya Qur'ani inayojulikana kama *"Tafsir al Jami' li-ahkam al-Qur'an."* Imamu huyu alieleza kwamba idadi kubwa ya wasomi wa Kiislamu wa wakati wake walikubali kwamba neno *"Mbora wa Wadanganyifu"* ni mojawapo ya majina mazuri ya Allah. Pia alisema:

"Nabii alizoea kusali, 'Ee Mungu, nitengee hila kwa ajili yangu, na usitengee hila dhidi yangu!'" (Qurtubi, IV, uk. 98-99; Zamakhshari, I, uk. 366)

Sala hii ya Muhammad inapaswa kuwashangaza Waislamu wa dhati. Hata hivyo, Muhammad hakuwa pekee aliyekuwa na hofu ya hila za Allah. Maswahaba wa karibu wa Muhammad pia walifadhaishwa na hila za Allah. Khalifa Abu Bakr alihakikishiwa binafsi na Muhammad nafasi yake peponi. Hata hivyo, hata baada ya uhakikisho huo, Abu Bakr hakuwa na uhakika wa wokovu wake katika maisha ya baadae. Kwa nini? Ni kwa sababu hakuweza kumwamini Allah kwa uhakika kabisa. Alijua Allah ni mdanganyaji:

"Kila alipokumbushwa nafasi yake machoni pa Allah, alisema: 'Wallahi! Singepumzika wala kujihisi salama dhidi

ya hila za Allah, hata kama ningekuwa na mguu mmoja peponi.'" (Tazama ukurasa wa 70 wa toleo la Kiarabu la kitabu cha Muhammad Khalid, *Successors of the Messenger.*)

Abu Bakr alikuwa Khalifa wa kwanza wa Uislamu. Alijifunza kuhusu Allah moja kwa moja kutoka kwa Muhammad. Hata hivyo, alikuwa na wasiwasi kuhusu ukweli wa Allah. Sababu ya hofu na mashaka ya Abu Bakr ni kwamba alijua kuwa mungu aliyemwabudu alikuwa mdanganyifu ambaye hangeweza kuaminiwa. Khalifa Abu Bakr pia alijua kuwa Allah angeweza kumtoa mtu katika njia ya haki kwa matakwa yake mwenyewe:

Surah 6:39: *Allah humtoa mtu katika njia ya haki Yeye amtakaye na Humwongoza katika Njia Iliyonyooka Yeye amtakaye.* (Hilali-Khan)

Hakuna aya hata moja katika Biblia inayozungumzia Mungu wa kweli akimpotosha mtu yeyote. Lakini Qur'ani iko wazi kabisa kwamba mtu ambaye Allah amempotosha hawezi kuongozwa – hata Muhammad hawezi kumwongoza. Akizungumza na Muhammad, Allah alisema yafuatayo:

Surah 4:88: *Je, unataka kumwongoza yule ambaye Allah amemtoa katika njia ya haki? Na yule ambaye Allah amemtoa katika njia ya haki hawezi kuongozwa.* (Dawood)

Surah 5:40-41: *(Ee mwanadamu!) Je, hujui kwamba mamlaka kamili ya mbingu na ardhi ni ya Allah peke yake? Anamtesa amtakaye na anamsamehe amtakaye na Allah ana uwezo kamili juu ya kila kitu..., Na ikiwa Allah atamhukumu mtu apotee, basi huna nguvu zozote kumzuia mtu huyo kutii amri ya Allah. Hawa ndio wale ambao Allah hana nia yoyote kabisa ya kutakasa mioyo yao. Kwao kuna fedheha ya* *kutokuamini katika ulimwengu huu na adhabu kubwa Akhera.* (Muhammad Tahir-ul-Qadri)

Sahih Muslim, Kitabu cha 37, Hadithi Namba 6622:

Kipengele: Kusamehewa dhambi kwa msaada wa kuomba msamaha kutoka kwa Allah.

Abu Huraira ameripoti kwamba Mjumbe wa Allah (rehema na amani ziwe juu yake) alisema: *Naapa kwa Yeye ambaye nafsi yangu iko mikononi Mwake, kama hamtakuwa na dhambi, Allah angewafutilia mbali na kuwaleta watu wengine ambao wangetenda dhambi na kuomba msamaha kutoka kwa Allah, na Yeye angewasamehe.*

Je, tunahitaji ushahidi zaidi ili kujua Allah ni nani hasa? Unaweza kuamini haya? Allah anakiri kwamba atawaangamiza wale wote wasiofanya dhambi. Kwa maneno mengine, Allah ataangamiza wenye haki! Allah Mdanganyifu anafurahi tunapotenda dhambi. Ana amani tunapodanganya, kuiba, na kudanganya kwa kumwiga. Vinginevyo, anatishia kutuangamiza. Maelezo ya Allah katika Qur'ani yanamfaa kabisa yule ambaye Yesu alimwelezea kama "baba wa uongo."

Yohana 8:44: *"Ninyi ni wa baba yenu Ibilisi, nanyi mnataka kutimiza tamaa za baba yenu. Yeye alikuwa mwuaji tangu mwanzo, naye hakusimama katika kweli, kwa sababu kweli haimo ndani yake. Anaposema uongo, anasema kwa maumbile yake mwenyewe, kwa maana yeye ni mwongo na baba wa uongo."*

Shetani anadanganya na kusema uongo kwa sababu kweli haimo ndani yake. Udanganyifu wa Allah katika Qur'ani unaonyesha kwamba yeye anashirikiana sifa zile zile za

Shetani. Kutokana na ushahidi uliopewa hapa, ni vigumu kukataa kwamba roho inayohusika na ufunuo wa Qur'ani sio nyingine bali ni Mdanganyifu Mkuu, Shetani Ibilisi. Shetani anajifanya kuwa Mungu wa kweli ili kuwageuza watu kutoka kwa mafundisho ya kweli ya Mungu katika Biblia Takatifu. Na amewaangamiza zaidi ya bilioni moja ya watu kwa udanganyifu wake.

2 Wakorintho 11:14: *Na wala si ajabu, maana Shetani mwenyewe hujificha kama malaika wa nuru.*

Katika Biblia yote huwezi kupata aya moja inayoelezea Mungu wa kweli kama "Mdanganyifu" – hakuna hata moja. Tafakari kwa makini sasa maelezo ya Yehova katika Biblia Takatifu:

Zaburi 31:5: *"Katika mkono wako niamishie roho yangu. Umenikomboa, Ee Yehova, Mungu wa kweli."*

Hesabu 23:19: *"Mungu si mwanadamu, kwamba aseme uongo, wala si mwana wa mwanadamu, kwamba abadili mawazo yake. Atakapowaahidi jambo, je, hatalitimiza?"*

Waebrania 6:16-18: *"Kwa maana wanadamu hula kiapo kwa yeyote aliye mkuu zaidi, na kiapo chao ni mwisho wa kila mzozo, kwa kuwa ni dhamana ya kisheria kwao. Kwa njia hii hii, Mungu alipokuwa na kusudi la kuonyesha wazi zaidi kwa warithi wa ahadi kudumu kwa kusudi lake, alikiweka kiapo, ili kwa njia ya vitu viwili visivyoweza kubadilika ambavyo Mungu hawezi kusema uongo, sisi tuliokimbilia kimbilio tuwe na moyo thabiti wa kushika imara tumaini lililowekwa mbele yetu."*

Kulingana na **Surah 3:54**, Allah ni bora kuliko wadanganyifu wote. Kwa hiyo, ikiwa aya hii katika Qur'ani ni ya kweli, basi

Allah ni mdanganyifu. Lakini ikiwa Allah ni mdanganyifu, basi Qur'ani haiwezi kuwa ya kweli. Hatuwezi kumwamini kusema ukweli katika Qur'ani. Itakuwa tu ni kazi ya mdanganyifu – anayemdanganya mtu kwa kupitia uongo. Hivyo, Qur'ani inaharibu uaminifu wa Allah na Allah anaharibu uaminifu wa Qur'ani. Kwa hivyo, Allah hawezi kuwa Mungu wa kweli. Na Qur'ani haiwezi kuwa Neno la Mungu wa kweli. Hii inatupa sababu kubwa za kumkataa Allah, Muhammad, Uislamu na Qur'ani.

CHAPTER 05

SURAH 29:46 ALLAH NI MUNGU WA UTATU

Uislamu unajivunia kudai kuwa ni moja ya dini kuu za mungu mmoja. Lakini ushahidi unaonyesha nini hasa? Jiandae kwa mshtuko kuhusu kile ambacho ushahidi wa Kiislamu unachoonyeshwa. Ushahidi utaoneshwa kuthibitisha kuwepo kwa siyo tu mizozo mikubwa ya ndani bali pia makosa makubwa kuhusu madai ya imani ya mungu mmoja katika Uislamu. Tuanzie sasa.

Surah 4:171: *Ewe Watu wa Kitabu! Msifanye kupita kiasi katika dini yenu: Wala msiambie kuhusu Allah jambo lolote ila ukweli. Kristo Yesu, mwana wa Mariamu, alikuwa si zaidi ya mjumbe wa Allah, na Neno Lake, alilolitoa kwa Mariamu, na roho inayotoka Kwake: hivyo amuamini Allah na mitume Wake. Msiseme "Utatu": jizuieni, litakuwa bora kwenu, kwa kuwa Allah ni Allah mmoja; utukufu ni wake; amejaa utukufu juu ya kuwa na mtoto. Kwake Yeye ni vitu vyote vilivyo mbinguni na duniani. Na Allah anatosha kama Mtawala wa mambo.* (Yusuf Ali)

Ewe Wafuasi wa Injili! Msizidi mipaka ya ukweli katika imani zenu za kidini, wala msisema kuhusu Mungu jambo lolote ila ukweli. Kristo Yesu, mwana wa Mariamu, alikuwa tu Mtume wa Mungu – utimizo wa ahadi Yake aliyoileta kwa Mariamu – na roho iliyoumbwa na Yeye. Amuaminiye Mungu na mitume Wake, na msiseme, "Mungu ni Utatu." Jizuieni na kudai hili kwa faida yenu. Mungu ni Mungu mmoja tu; mbali kabisa Yeye, kwa utukufu Wake, na kuwa na mtoto; kwake Yeye ni vyote vilivyo mbinguni na vyote vilivyo duniani; na hakuna aliye na haki ya kuaminiwa kama Mungu. (Muhammad Asad)

Utatu ni mafundisho kuu ya dini za Ukristo. Kulingana na mafundisho ya Utatu, inadhaniwa kuwa kuna watu watatu wa kimungu wakiwemo Baba, Mwana, na Roho Mtakatifu. Na kila mmoja anasemekana kuwa Mungu, na bado pamoja wanakuwa Mungu mmoja tu.

Surah 4:171 inahusiana hasa na "Wakristo" na Allah akikana vikali imani yao katika mafundisho ya Utatu. Na Allah anawashutumu "Wakristo" kwa kumwabudu Mungu wa tatu. Na anawahadharisha dhidi ya aina hii ya ibada. Hivyo, Qur'ani ina uhakika kwamba "Wakristo" wanamuamini Utatu. Na kwamba wanamuabudu mungu wa tatu. Kulingana na Uislamu, wale wanaoamini Utatu wanalaumiwa kwa kufanya Shirk. Shirk ni dhambi ya kumtunga Mungu wenzake. Na ni dhambi isiyosameheka katika Uislamu.

Ni kimsingi haiwezekani kwa Mungu kuwa Utatu na asiwe Utatu kwa wakati mmoja. Hivyo, Allah hawezi kuwa sawa na Mungu wa Utatu wa "Wakristo." Na Qur'ani inakubaliana na hili:

Surah 5:73: *"Wanaitukana wale wanaosema: Allah ni mmoja wa watatu katika Utatu: kwa maana hakuna mungu ila Allah* *mmoja. Ikiwa hawatakata kauli yao ya kumtukana, kwa hakika adhabu kubwa itawapata wanaoitukana miongoni mwao."* (Yusuf Ali)

Kwa hivyo, je, "Wakristo" na Waislamu wanaweza kweli kuwa wanamuabudu Mungu mmoja? Hakika hapana! Na Waislamu watakubaliana kwa furaha na ukweli huu. Hata hivyo, aya ifuatayo ya Qur'ani inasema wazi kwamba "Wakristo" na Waislamu wanamuabudu Allah yule yule. Na Allah anawaamuru Muhammad awaambie "Wakristo" kwamba Mungu wa Utatu wanayemuabudu na Allah wanayemuabudu Waislamu ni mmoja na yule yule. Je, hii haionyeshi kwa nguvu kwamba Allah anakubali kwamba yeye ni Mungu wa Utatu? Soma mwenyewe anachosema Allah katika aya ifuatayo ya Qur'ani:

Surah 29:46: *"Na msijadili na Watu wa Kitabu, ila kwa njia iliyo bora zaidi kuliko kujadili tu, isipokuwa na wale miongoni mwao wanaotenda uovu na dhuluma; lakini semeni, 'Tunaamini katika ufunuo ulio shuka kwetu na katika ufunuo ulio shuka kwenu; Mungu wetu na Mungu wenu ni mmoja; na ni Kwake tunapojisalimisha katika Uislamu.'"* (Yusuf Ali)

Na msijadili na Watu wa Kitabu isipokuwa kwa njia ambayo ni bora, isipokuwa na wale miongoni mwao wanaotenda uovu; na semeni: Tunaamini katika kile kilichoshuka kwetu na kile kilichoshuka kwenu; Mungu wetu na Mungu wenu ni mmoja, na kwake Yeye tunajisalimisha. (Pickthall)

Utambuzi huu wa Allah na Mungu wa Utatu wa "Wakristo" unakuwa dhahiri zaidi tunapoona kwamba utambuzi huo hautolewi kwa mmoja wapo wa miungu ya uongo ya wasioamini. Kwa kweli, Allah anawaamuru Muhammad kusema kwa wale wasioamini kinyume kabisa na kile alichoamuru Muhammad kusema kwa "Wakristo."

Surah 109:1-6: *Semeni (Mtume), 'Wasioamini: Simiabudu mlichokabidhi, nanyi hamtaniiabudu kile niabuduo, sitakuwa naabudu kile mlichokabidhi, nanyi hamtaniiabudu kile niabuduo: mna dini yenu na mimi nina dini yangu.'* (Abdel Haleem)

Tunajifunza mambo mawili muhimu kutoka kwa uchambuzi wetu wa aya za Qur'ani hapo juu.

Moja: Qur'ani inadhihirisha tofauti kati ya Mungu wa Utatu wa "Wakristo" na miungu ya uongo inayooabudiwa na wasioamini. Tofauti hii inadhihirisha kwa nguvu kukubali mmoja kama wa kweli na kukataa mwingine kama wa uongo. Hii si hitimisho la kudhaniwa. Kwa kweli, Qur'ani si tu inafanya tofauti wazi kati ya "Wakristo" na wasioamini lakini pia inawapongeza "Wakristo" kama waumini wa kweli hadi "Siku ya Kiyama."

Surah 3:55: Allah alisema: *"Ewe Yesu! Nitakurudisha (kutoka kwa jukumu lako) na nitakueka kwangu. Nitakutakasa kutoka kwa wale waliokukataa na kuwaenzi wafuasi wako juu ya wasioamini hadi Siku ya Kiyama."* (Farook Malik)

Mbili: Qur'ani inatambua wazi Mungu wa Utatu wa "Wakristo" kama Allah. Tunapoiweka kwa pamoja, ni wazi kabisa kwamba **Surah 29:46** inatambua kwamba Allah si mwingine bali ni Mungu wa Utatu wa "Wakristo." Na si sisi tunasema hili, bali ni Allah mwenyewe. Kumbuka kile Allah alichoamuru Muhammad kusema kwa "Wakristo": *"Mungu wetu na Mungu wenu ni mmoja."*

Hivyo, Waislamu, lazima mfanye uamuzi hapa. Lazima mkubali kwamba kuna utofauti mkubwa katika Qur'ani au lazima mkubali ukweli kwamba pia mnamuabudu Mungu wa Utatu yuleyule ambao "Wakristo" wanamuabudu. Chaguo lolote linathibitisha kuwa Uislamu ni wa uongo. Lakini kuna zaidi. Qur'ani pia inakosea waziwazi inaposema kwamba Wakristo wote wanaamini katika fundisho la Utatu. Hili ni uongo kabisa.

Wafuasi wa kweli wa Kristo hawaamini fundisho la Utatu. Hawaabudu Mungu wa Utatu. Pia, Biblia haifundishi fundisho la Utatu. Wakristo wa kweli wanatambua kwamba fundisho la Utatu linatokana na mafundisho ya upagani. Kwa mujibu wa Biblia, hata Yesu hafundishwi kuwa sawa na Mungu Mwenyezi. Makanisa ya Ukristo yanakosea waziwazi wanapofundisha Utatu na kumfanya Yesu kuwa sawa na Mungu Mwenyezi. Utatu unadhihirisha Mungu Mwenyezi kwa kumfanya awe sawa na wengine. Kuamini Utatu ni kukataa mafundisho wazi ya Yesu. Alijitolea kusema wazi:

Yohana 14:28: *"Ikiwa mngenipenda, mngefurahi kuwa mimi nienda kwa Baba, kwa maana Baba ni mkuu kuliko mimi."*

Kabla ya kuendelea, ni muhimu kufafanua kwamba hii haimaanishi kwamba tunaamini Yesu ni zaidi ya nabi kama Uislamu unavyofundisha. Kinyume na kile kinachofundishwa katika Uislamu, Yesu ni Mwana wa pekee wa Mungu. Na Biblia inamtambua wazi kama Mwana wa Mungu. Na Mungu Mwenyezi mwenyewe anashuhudia ukweli huu:

2 Petro 1:17: *"Kwa maana alipokea kutoka kwa Mungu Baba heshima na utukufu wakati maneno kama haya yalipomfikia kwa utukufu mkuu: 'Huyu ni Mwana wangu, mpendwa wangu, ambaye mimi mwenyewe nimemkubali.'"*

Katika mifumo mingi ya mafundisho ya Utatu, maarufu zaidi ni ile inayofafanuliwa kama ifuatavyo:

"Personi tatu za kimungu – Baba, Mwana, Roho Mtakatifu – kila moja inasemekana kuwa ya milele, kila moja inasemekana kuwa na uwezo wote, hakuna aliye mkuu au mdogo kuliko mwingine, kila moja inasemekana kuwa Mungu, na hata hivyo, kwa pamoja wanakuwa Mungu mmoja."

Utatu si mafundisho ya Biblia. Wakati taifa la Israeli lilipopokea agano la Sheria, ambalo ni sehemu muhimu ya Biblia, walipatiwa amri ifuatayo:

Kumbukumbu la Torati 6:4: *"Sikiliza, Ee Israeli: Yehova Mungu wetu ni Yehova mmoja."*

Bila utata, Biblia inasema wazi kwamba Mungu ni mmoja – si watatu katika mmoja. Kwa hiyo, Israeli iliamriwa kuabudu Mungu mmoja tu. Ni muhimu vipi kwetu kuelewa amri hii? Kulingana na Dr. J. H. Hertz:

"Tangazo hili kuu la monotheismu kamili lilikuwa tamko la vita dhidi ya upagani wote..., Shema (Ushuhuda wa umoja wa Mungu kama ilivyoelezwa katika sala inayotokana na Kumbukumbu la Torati 6:4) linatoa mbali utatu wa imani ya Kikristo kama uvunjaji wa Umoja wa Mungu."

Kwa kuwa Yesu alikuwa Myahudi kwa kuzaliwa, alielekezwa kufuata amri hii hii. Baada ya kubatizwa kwake, alipojaribiwa na Shetani, alisema:

Mathayo 4:10: *"Ondoka, Shetani! Kwa maana imeandikwa, 'Ni Yehova Mungu wako ambaye lazima umwabudu, na kwake peke yake lazima utii ibada ya kipekee.'"*

Yesu alikuwa akinukuu **Kumbukumbu la Torati 6:13**. Tunaweza kujifunza angalau mambo mawili kutoka kwa tukio hili. Kwanza, Shetani alikuwa akijaribu kumvutia Yesu kumuabudu mtu mwingine isipokuwa Yehova, jaribio ambalo lingeonekana kuwa la kijinga ikiwa Yesu angekuwa sehemu ya Mungu mmoja. Pili, Yesu alifanya wazi kwamba kuna Mungu mmoja tu ambaye anapaswa kuabudiwa alipo sema "yeye peke yake" na si "sisi" jambo ambalo angeweza kusema kama angekuwa sehemu ya Utatu. Mafundisho ya Utatu yamewashawishi watu kwa karne nyingi. Kwa upande mwingine, Yesu aliwafumbua macho wafuasi wake na kusema waziwazi kuhusu Baba yake kama "Mungu pekee wa kweli."

Yohana 17:3: *"Hii inamaanisha uzima wa milele, kujua wewe, Mungu pekee wa kweli, na yule uliyemtuma, Yesu Kristo."*

Encyclopedia of Religion inakiri:

"Wanatheolojia leo wako katika makubaliano kwamba Biblia ya Kiebrania haina mafundisho ya Utatu."

Na **New Catholic Encyclopedia** pia inasema:

"Mafundisho ya Utatu Mtakatifu hayafundishwi katika Agano la Kale."

Na kama tulivyosema, dhana ya Utatu ni kigeni kwa mafundisho ya Yesu katika Maandiko ya Kigiriki ya Kikristo (Agano Jipya). Na wasomi wanakubaliana na hili.

Encyclopedia of Religion inasema:

"Wanatheolojia wanakubaliana kwamba Agano Jipya pia halina mafundisho wazi ya Utatu."

Mafundisho ya Biblia kwamba Mungu ni mmoja inaitwa "Monotheismu." Monotheismu katika sura yake safi haikubali dhana ya Utatu. Kuelezea monotheismu kwa kutumia Utatu ni kama kuelezea mstatili wa mduara. Maelfu ya mara katika Biblia, Mungu anazungumziwa kama mtu mmoja. Anapozungumza, ni kama mtu mmoja asiyeegemea. Biblia haiwezi kuwa wazi zaidi juu ya jambo hili. Fikiria sasa ushahidi bora wa ukweli huu katika hadithi ifuatayo kutoka kwa Biblia:

Marko 10:17-18: *Alipokuwa akienda, mtu mmoja akakimbilia kwake, akaanguka magotini mbele yake na kumuuliza: "Mwalimu mwema, nifanye nini ili niwe mrithi wa uzima wa milele?" Yesu akamjibu: "Kwa nini unaniita mwema? Hakuna aliye mwema isipokuwa Mungu mmoja."*

Kwa nini Yesu alikataa kuitwa "mwema"? Kwa sababu katika maana ya hakika, Mungu pekee ndiye mwema. Yesu alikubali kwamba si tu Yehova ni wa kipekee, bali pia ndiye kipimo cha mwisho cha kile kilicho chema. Kwa hili, Yesu alikubali kwamba utukufu wa Yehova hautumiki kwa mtu mwingine – hata kwake yeye mwenyewe.

Isaya 42:8: *"Mimi ni Yehova. Huu ni jina langu; na sitampa mtu mwingine utukufu wangu."*

Kwa nini waandishi wote wa Maandiko ya Biblia wangezungumzia Mungu kama mtu mmoja ikiwa kwa kweli yeye ni watu watatu? Hakika, ikiwa Mungu alikuwa na watu watatu, angewafanya waandishi wa Biblia kuwa wazi kabisa ili kusiwe na shaka yoyote kuhusu hilo. Angalau waandishi wa Maandiko ya Kigiriki ya Kikristo ambao walikuwa na uhusiano wa moja kwa moja na Mwana wa Mungu wangefanya hivyo. Lakini hawakufanya hivyo. Badala yake, kile ambacho waandishi wa Biblia walifanya waziwazi ni kwamba Mungu ni Mtu mmoja. Biblia inaweka wazi kwamba Mungu Mwenyezi ni Kiumbe wa kipekee, mmoja ambaye hana mfano:

Isaya 45:5: *"Mimi ni Yehova, na hakuna mwingine. Kwa mbali yangu mimi hakuna Mungu mwingine."*

Zaburi 83:18: *"Wewe, jina lako ni Yehova, wewe pekee ndiye Aliye Juu Zaidi juu ya dunia yote."*

Biblia haionyeshi mabadiliko yoyote katika ufahamu wa Mungu mkuu hata baada ya kuja kwa Yesu duniani. Ayah ifuatayo ya Biblia iliyoandikwa miaka mingi baada ya kuja kwa Yesu, inasema wazi:

Wagalatia 3:20: *"Mungu ni mmoja tu."*

Kama tulivyosema, Yesu Kristo alimwita Baba yake "Mungu pekee wa kweli." Kamwe hakumwita Mungu kuwa mungu wa watu wengi. Hiyo ndiyo sababu, kwa kutokuelezea Yehova, hakuna mwingine aliyeitwa "Mwenyezi" katika Biblia. Kufanya hivyo kutaharamisha maana ya neno "Mwenyezi." Kwa kuwa Yehova pekee ndiye mkuu, wala Yesu wala Roho Mtakatifu hawatajwi kama "Mwenyezi" katika Biblia.

Mwanzo 17:1: *"Mimi ni Mungu Mwenyezi."*

Leo, baadhi ya "Wakristo" wanaoamini Utatu wanadai kwamba wanaamini Mungu mmoja lakini anayeonekana kama watu watatu tofauti. Ikiwa ni kweli, basi wote watatu wangeweza kuwa Mwenyezi sawa kwa sababu inasemekana kwamba hizi ni nafsi tatu si miungu watatu bali mmoja. Basi, vipi ni kwamba baadhi ya ukweli muhimu unajulikana kwa Baba pekee na si kwa Mwana? (**Marko 13:32**)

Zaidi ya hayo, hata baada ya Yesu kuinuliwa mbinguni, Biblia inasema kuhusu nafasi ya juu ya Yehova juu ya kila kitu na kila mtu – ikiwa ni pamoja na Yesu Kristo. Inasema wazi kwamba ingawa ni vigumu kwa Mungu Mwenyezi kumtii Yesu, katika kifungu kimoja, inamuonyesha Yesu akimtii Mungu. (**1 Wakorintho 15:20-28**) Hivyo, ni wazi kuwa wao ni viumbe viwili tofauti.

Madai zaidi yanaweza kuwasilishwa ili kuthibitisha makosa ya mafundisho ya Utatu. Hata hivyo, hilo si lengo kuu la makala hii. Lengo letu ni kuwaokoa Waislamu wa dhati kutokana na uongo wa Uislamu. Lazima itambuliwe kwamba hata ikiwa tutaachana na mafundisho potofu ya Utatu na kulinganisha Allah na Mungu mmoja wa Biblia Takatifu, shida bado inabaki. Ushahidi bado unaonyesha kwamba Allah wa Qur'an na Yehova, Mungu mmoja wa Wakristo wa kweli, si sawa na inavyodai Qur'an. Yehova ana Mwana:

Yohana 3:16: *"Kwa maana Mungu aliupenda ulimwengu hivi kwamba akamtoa Mwanawe mmoja, ili kila amwaminiye asipotee, bali awe na uzima wa milele."*

Na Allah hana:

Surah 6:101-102: *Muumba wa mbingu na ardhi! Vipi anaweza kuwa na mwana wakati hana mke, na yeye (Mwenyewe) aliumba kila kitu, na yeye ni Mjuzi wa kila kitu. Huyu ndiye Allah, Mola wenu, hakuna mungu ila yeye; Muumba wa vitu vyote, kwa hiyo mtumikie, na yeye anajukumu la kila kitu.* (Shakir)

Kwa kuzingatia tofauti hii muhimu, basi, vipi Muhammad anashuhudia katika Qur'an: *"Mola wetu Allah na mola wenu Allah ni mmoja."* Popote tutakapozungumza, Qur'an ina makosa wazi. Sehemu inayofuata ni yenye madhara zaidi kwa

Uislamu. Kuanza, tunahitaji kuelewa kikamilifu jinsi utawala wa Uweza wa Mungu unavyoongoza na kupenya kila tendo lake.

Wakati kiapo kinapohitajika, wanaume hajiapiza kwa aliyeko juu zaidi. Na hii inazidisha uzito wa kiapo. Kama itavyoonyeshwa baadaye, sheria za Kiislamu pia zinakubaliana na jambo hili. Na Biblia inashuhudia ukweli huu:

Waebrania 6:16: *"Kwa maana wanaume kweli hajiapiza kwa aliyeko juu zaidi, na katika kila ugomvi wao kiapo kinathibitisha kama uthibitisho."*

Na kwa kutii kikamilifu kanuni hii ya kimungu, Yehova anadumisha kiwango hiki kamili cha haki hata linapohusiana na ushiriki wake mwenyewe. Kwa kuwa Mungu ni Muumba pekee wa kila kiumbe kilichopo duniani, hakuna mwingine aliye juu yake au mkubwa kuliko yeye. Hakuna pia anayefanana naye. Katika kuzingatia ukweli huu wa kimungu, kila mara Mungu anapoapa, anaapa kwa jina lake mwenyewe kwa kuwa hakuna mwingine aliye mkubwa kuliko yeye. Tutatazama sasa mifano michache katika Biblia Takatifu:

Waebrania 6:13: *"Kwa maana Mungu alipomtolea Ibrahimu ahadi, kwa kuwa hakukuwa na mwingine aliye mkubwa kwake kuapa kwake, alikula kiapo kwa jina lake mwenyewe."*

Katika Kitabu cha Mwanzo, Yehova alisema kwa Ibrahimu:

Mwanzo 22:16-18: *"Kwa jina langu mwenyewe naliapa, asema Yehova..., Na katika uzao wako mataifa yote ya dunia yatabarikiwa."*

Na katika Kitabu cha Isaya, Yehova alisema:

Isaya 45:23: *"Kwa jina langu mwenyewe naliapa, neno limetoka kinywani mwangu kwa haki, na halitarudi, ya kwamba kwangu mimi kila goti litapigwa…"*

Na katika Kitabu cha Yeremia, Yehova alisema:

Yeremia 22:5: *"Kwa jina langu mwenyewe naliapa, asema Yehova."*

Yehova Mkuu hakuweza kuapa kwa mtu mwingine au kitu kingine. Hivyo, kwa kuzingatia kikamilifu kiwango chake cha kimungu, aliapa kwa jina lake mwenyewe. Na kuhusu wanadamu, sababu ya kuapa kwa Mungu, au kwa jina la Mungu, ni kumwita yeye kuwa shahidi wetu. Hili linamaanisha kuwa ikiwa mtu anadanganya au kama hatashikilia neno lake, basi Mungu anaweza kumhesabu na kumtahadharisha.

Sheria za Kiislamu pia zinaona jambo hili na hivyo huona kuapa kwa kitu kingine kando na Allah kuwa ni tendo la kuabudu sanamu. Tendo kama hilo linahukumiwa kama kuhusisha wapenzi na Allah, ambalo ni dhambi isiyosamehewa katika Uislamu. Hivyo, kulingana na mafundisho ya Uislamu, aliye na haki ya kuapa ni Allah pekee, na wala hakuna mwingine. Hapa kuna mifano ili kuthibitisha hili:

Sahih Bukhari, Juzuu 5, Kitabu 58, Hadithi Namba 177:

Iliripotiwa na 'Umar: Mtume alisema, "Ikiwa mtu yeyote anapaswa kuapa, aape kwa Allah pekee."

Sahih Muslim, Kitabu 015, Hadithi Namba 4040:

Muhammad alisema: Yeye anayeapa, asiape isipokuwa kwa Allah.

Sunan Abu Dawud, Kitabu 21, Namba 3242:

Iliripotiwa na Abu Hurayrah: Mtume (amani iwe juu yake) alisema: Msiiape kwa baba zenu, wala kwa mama zenu, wala kwa washindani wa Allah; acheni kuapa kwa Allah pekee, na acheni kuapa kwa Allah pekee wakati mnaponena ukweli.

Sunan Abu Dawud, Kitabu 21, Namba 3245:

Iliripotiwa na Abdullah ibn Umar: Sa'id ibn Ubaydah alisema: Ibn Umar alimsikia mtu akikiapa: La, naapa kwa Ka'bah. Ibn Umar alimwambia: Nilisikia Mtume wa Allah (amani iwe juu yake) akisema: Yeye anayeapa kwa mwingine isipokuwa Allah ni mshirikina.

Kulika na mafundisho ya Qur'an, dhambi mbaya zaidi ambayo Muislamu anaweza kutenda ni kuapa kwa mtu mwingine au kitu kingine kando na Allah. Tendo kama hilo linahukumiwa kama kuhusisha wapenzi na Allah. Kwa mujibu wa Uislamu, Muislamu huyo sasa atachukuliwa kuwa "mushirikina." Wale wanaotenda dhambi hii hawatasamehewa na Allah:

Surah 4:48: *"Hakika Allah hasamehi kwamba kitu kiwepo na Yeye, na anasamehe vinginevyo kwa atakavyo; na anayehusisha kitu na Allah, yeye amefanya dhambi kubwa."* (Shakir)

Mtaalamu maarufu wa Kiislamu, Ibn Qayyim al-Jauziyyah aliandika yafuatayo:

Haki ya kipekee kwa Allah, kama vile kuapa, kwa mfano, haipaswi kutolewa kwa mtu yeyote au kitu, isipokuwa Allah pekee. Mtume wa Allah alisema: "Yeye anaye kusudia kuapa, aape kwa Allah au anyamaze." Alisema pia..., "Yeye anayeapa kwa asiye Allah, atakuwa amefanya Shirk." (Ibn Qayyim al-Jauziyyah, Zad-ul Ma'ad fi Hadyi Khairi-l 'Ibad, Juzuu 4, p. 320)

Tuchunguze sasa bomu la kimungu katika Qur'an. Ingawa inaweza kuwa ngumu kwa Waislamu kuamini, Allah anafanya shirk – dhambi ya ushirikina ambayo anakataza wafuasi wake kufanya. Allah anaapa kwa kila kitu na kila kitu, kikiwemo vitu vyenye uhai na visivyo na uhai. Hapa kuna mifano ya baadhi ya vitu ambavyo Allah anaapa kwa:

Malaika, upepo, mlima, nyota, kalamu, mwezi, usiku, alfajiri, siku ya ufufuo, anga, siku ya hukumu, jua, ardhi, roho, uumbaji wa kiume na kike, tini, mzeituni, namba za hata na ajabu, Qur'an, mji wa Makka.

Ikiwa hii siyo ushirikina, basi ni nini? Je, vitu hivi ni vikubwa kuliko Allah, kiasi kwamba angeweza kuapa kwao? Ni nini maana ya kalamu, tini au mzeituni kulinganisha na Allah? Je, hii haimuweki Allah katika nafasi ya chini kumlinganisha na uumbaji wake? Wakati Allah anapoapa kwa kitu kidogo kuliko yeye mwenyewe, anapunguza maana ya kiapo chake. Anapunguza uzito wa dai lake. Kiapo kinapaswa kuongeza uzito au umakini wa kile anachosema mtu. Kwa mfano, wakati Allah anapoapa kwa tini, anakiinua tini kuwa kama mungu au anapunguza thamani ya kiapo kuwa sawa na tini. Kwa namna yoyote, ni makosa. Wakati ahadi za Allah zinapohusishwa na viapo kwa vitu vya kijinga, haiachi imani yoyote.

Ili kuhakikisha kwa wasomi wetu kuwa hatufanyi haya, hapa kuna baadhi ya maneno kutoka katika Qur'an:

Surah 36:2: *"Naapa kwa Qur'an iliyojaa hekima."* (Shakir)

Surah 51:1: *"Naapa kwa upepo…"* (Shakir)

Surah 53:1: *"Naapa kwa nyota inaposhuka."* (Shakir)

Surah 68:1: *"Noon. Naapa kwa kalamu na yale malaika wanayoandika…"* (Shakir)

Surah 79:1-2: *"Naapa kwa malaika…"* (Shakir)

Surah 95:1-3: *"Naapa kwa tini na mzeituni. Mlima Sinai. Na mji huu mtakatifu (Makka)."* (Khalifa)

Surah 52:4: *"Naapa kwa…, Nyumba (Kaaba) inayotembelewa."* (Shakir)

Mfano wa mwisho ulioelezwa hapa ni **Surah 52:4**, ambayo ni Surah ya mapema ya Makka. Inafaa kutambua kuwa wakati Allah aliapa kwa Ka'ba katika **Surah 52:4**, ilikuwa bado ni patakatifu la kipagani lenye miungu 360. Je, unaweza kufikiria Mungu akiapa kwa patakatifu la kipagani?

Sheria za Kiislamu yenyewe inasema wazi kwamba yule "anayeapa kwa mwingine isipokuwa Allah, amefanya Shirk" – dhambi isiyosamehewa. Hivyo, sheria hii ya kimungu ina maana gani ikiwa Allah mwenyewe anapunguza thamani yake kwa kuapa kwa kitu kingine isipokuwa yeye mwenyewe? Je, hii haitufanyii dhahiri kwamba Allah mwenyewe anajiunga na shirk? Ili Allah aape kwa wengine, anajiweka kama mshirika kwa mwenyewe. Hii ni wazi ni tendo la kuabudu sanamu. Si tu kwamba Allah ni mwenye kutokuwa na utulivu lakini pia anapingana na mwenyewe. Kwa kuzingatia ushahidi unaotolewa na Qur'an yenyewe, Allah anaonyesha kuwa yeye ni mungu wa kuchanganyikiwa – mungu wa machafuko.

Kinyume na hili, Yehova ni thabiti katika kila kitu anachofanya. Ukweli kuhusu uthabiti wa Yehova unaonyeshwa katika aya hii ya Biblia:

1 Wakorintho 14:33: *"Kwa maana Mungu ni Mungu wa siyo machafuko, bali wa amani."*

Marejeo haya yana madhara makubwa kwa msimamo wa Waislamu kwamba hakuna aliye mkuu kuliko Allah. Mistari hii ya Qur'an inaonyesha kwamba Allah na Yehova hawawezi kuwa Mungu mmoja. Yehova anaapa kwa jina lake mwenyewe kwa kuwa hakuna mwingine aliye mkuu kuliko yeye. Lakini Allah anaapa kwa vitu vingi vya chini. Hivyo, Allah anapoapa kwa vitu hivi vya chini, ina maana kwamba vitu hivyo ni sawa na Allah au hata vikubwa zaidi. Allah anajiweka pamoja na viumbe alivyoviumba, akifanya viumbe vya mwisho kuwa sawa naye katika ukuu.

Kulingana na hukumu ya Allah mwenyewe, yeye ni mwenye makosa kwa kujifanya kuwa mshirika wa vitu vingi vya viumbe hai na visivyo hai. Na kwa kushangaza, Allah aliapa kwa Ka'ba wakati ilikuwa bado ni patakatifu la kipagani, akijifanya mshirika wa miungu 360. Hii ni wazi ni shirk na Allah ndiye anayeifanya. Allah hawezi kuaminika kutenda kwa njia fulani iliyo wazi. Yeye ni mabadiliko. Qur'an inatufanya tuone kwamba Allah anaweza kufanya chochote anachotaka. Hakuna kitu kinachoweza kumzuia – hata wakati vitendo vyake au maneno yake vinapopingana na kiwango cha kimungu cha haki. Allah anayevunja sheria zake mwenyewe hawezi kuaminika. Ikiwa Allah ana uwezo wa kutenda dhambi mbaya zaidi, dhambi isiyosamehewa, je, Waislamu wanaweza kumtumaini kwa wokovu wao wa milele?

Kinyume na hayo, Yehova anadumisha kanuni zake za kimungu, ambazo sio tu ni kuu bali pia ni kamili. Yeye ni thabiti katika njia zake kwa sababu anaishi kwa kiwango hicho kikubwa ambacho yeye mwenyewe ameweka kama kipimo cha kimungu cha haki. Anaweza kuaminika kwa sababu ni thabiti katika vitendo vyake. Hivyo, Yehova ni maminifu. Kama vile, tunaweza kuwa na hakika kubwa kuhusu jinsi atakavyotutendea.

Yakobo 1:17: *"Kila kipawa chema na kila zawadi kamili hutoka juu, ikishuka kutoka kwa Baba wa mianga ya mbinguni, ambaye hahamishiki wala kubadilika kama vivuli vinavyohama."*

CHAPTER 06

UTAMBULISHO WA YESU KAMA MWANA WA MUNGU KATIKA QURAN

Islam, bila shaka yoyote, inakanusha Uana wa Yesu Kristo. Hata hivyo, Qur'an inatoa ushahidi mwingi wa ndani ambao unathibitisha ukweli wa Kibiblia kwamba Yesu kweli ni Mwana wa Mungu. Ushahidi kuhusu Yesu katika Qur'an mwenyewe unaonyesha wazi kwamba yeye ni zaidi ya nabii.

Wakati Yesu anahesabiwa kama nabii mwenye heshima kubwa katika Islam, Islam inamchukulia kama mmoja tu kati ya manabii wengi. Hata hivyo, kwa Wakristo, ni ukweli usio na shaka kwamba Yesu ni Mwana pekee wa Mungu. Wakati Qur'an inakanusha wazi Uana wake, kuna ushahidi mwingi wa ndani katika Qur'an unaoashiria Uana wake. Kwa kweli, Waislamu wengi hawajui kwamba Qur'an inathibitisha yafuatayo kuhusu Yesu.

1. Alizaliwa na Bikira – **Surah 3:45-47; Surah 19:17-21.**
2. Alikuwa Neno la Mungu – **Surah 4:171.**
3. Alikuwa Roho kutoka kwa Mungu – **Surah 4:171.**
4. Alikuwa Mtakatifu (Asiye na dhambi) – **Surah 19:19.**
5. Alikuwa Masihi – **Surah 4:171.**
6. Alikuwa Maarufu hapa duniani na ataendelea kuwa hivyo katika Akhera – **Surah 3:45.**
7. Alichukuliwa mbinguni na Mungu – **Surah 4:158.**
8. Atarudi kama Ishara ya Siku ya Hukumu – **Surah 43:61.**

YESU KRISTO NDIE NABII PEKEE ALIYEZALIWA NA BIKIRA

Moja ya pointi muhimu za makubaliano kati ya Islam na Ukristo ni kuhusu mimba ya Yesu. Biblia na Qur'an zote zinafundisha kwamba alikusudiwa na mwanamke pekee – na Mariamu mama yake – kabla hajawahi kumfahamu mwanaume yeyote. Kuzaliwa kwa Yesu kutoka kwa Bikira, ambalo limefundishwa waziwazi katika Biblia Takatifu, pia linafundishwa kwa wazi katika Qur'an. Biblia inasema kwamba Yesu alikusudiwa kwa njia ya kimuujiza kwa msaada wa Roho Mtakatifu wa Mungu, ili kutimiza unabii uliopewa miaka mingi kabla ya kuzaliwa kwake.

Luka 1:30-35: "Nae malaika akamwambia: 'Usiogope, Mariamu, kwa maana umepata neema kwa Mungu. Tazama, utachukua mimba tumboni mwako, na utamzaa mwana, na jina lake utamwita Yesu. Huyu atakuwa mkuu, na ataitwa Mwana wa Aliye Juu; na Bwana Mungu atampa kiti cha enzi cha Daudi baba yake, naye atatawala kama mfalme juu ya nyumba ya Yakobo milele, wala ufalme wake hautakuwa na mwisho.' Lakini Mariamu akamwambia malaika, 'Hii itakuwaje, kwa maana mimi ni bikira?' Malaika akamjibu,

'Roho Mtakatifu atakuja juu yako, na nguvu za Aliye Juu zitakufunika. Kwa hiyo mtoto atakayezaliwa ataitwa mtakatifu, Mwana wa Mungu.'"

Mathayo 1:22-23: "Yote haya yalikuwa ili kutimia kile kilichosemwa na Bwana kwa kupitia nabii wake, akisema: 'Tazama, bikira atachukua mimba na atazaa mtoto wa kiume, na watamwita jina lake Immanuel ...'"

Zaidi ya miaka 700 kabla ya kuzaliwa kwa Yesu, kitabu cha Biblia cha Isaya kilitabiri kuzaliwa kwa Yesu Kristo kwa Bikira:

Isaya 7:14: "Kwa hiyo Bwana mwenyewe atawapa ishara: tazama, bikira atachukua mimba na kuzaa mtoto wa kiume, na atamwita jina lake Immanuel."

Luka inarekodi mimba ya ajabu. Inasema wazi kwamba Mariamu alikuwa bikira ambaye hakuwahi kuguswa na mwanaume wakati Yesu alipokuzwa kwa nguvu za Roho Mtakatifu. Kipengele hiki cha kipekee kuhusu mimba ya Yesu ni moja ya mafundisho wazi na yasiyo na shaka katika Qur'an na Biblia, na ni msingi unaothibitishwa na vitabu vyote viwili. Inatajwa mara kadhaa katika Qur'an. Tutatazama mifano miwili sasa:

Surah 3:45-47: "Tazama! Malaika wakasema: 'Ewe Mariamu! Mungu anakupa habari njema ya Neno kutoka Kwake: jina lake litakuwa Kristo Yesu, mwana wa Mariamu, atakaeheshimiwa hapa duniani na Akhera na kuwa katika (hali ya kuwa) wale wa karibu na Mungu ...' Akasema: 'Ee Bwana wangu! Nitapata vipi mtoto wa kiume, na hakuna mwanaume aliyenigusa?' Akasema: 'Hata hivyo: Mungu hufanya anavyotaka; anaposema jambo liwe, linakuwa!'"

Hapa ni kifungu kingine katika Qur'an kinachorekodi ziara ya malaika kwa Mariamu na majibu aliyompa wakati alipoitangazia mimba ya Yesu:

Surah 19:17-21: Alijifungia pazia (kujificha) kutoka kwao; kisha tukamtumia malaika wetu, na akaonekana mbele yake kama mwanadamu kwa kila heshima. Akasema: "Nataka kukimbilia kwa Mungu Mwingi wa Rehema: (usiye karibu) ikiwa unamcha Mungu." Akasema: "La, mimi ni mtume tu kutoka kwa Mola wako, (ni tangazo) kwako zawadi ya mtoto mtakatifu." Akasema: "Nitapata vipi mtoto wa kiume, wakati hakuna mwanaume aliyenigusa, na mimi si mzinzi?" Akasema: "Ndivyo itakavyokuwa: Mola wako amesema, 'hilo ni rahisi kwangu: na (Tunaomba) kumteua kuwa Ishara kwa watu na Rehema kutoka Kwetu': Ni jambo (lililokwishapangwa)." (Yusuf Ali)

Ikiwa Mariamu alikuwa amemimba Yesu kupitia mchakato wa tendo la ndoa la kawaida, ingekuwa vigumu kuwa na haja ya malaika kumtokea kumuelezea mimba aliyokuwa nayo. Kuzaliwa kwa Yesu kutoka kwa Bikira kunasisitizwa mara kwa mara katika maandiko ya Kiislamu kwa jina ambalo linatolewa kwa Yesu, yaani "ibn Maryam," likimaanisha "mwana wa Mariamu." (Surah 3:45). Mara kwa mara kutumia jina hili "mwana wa Mariamu" katika Qur'an pia linaunga mkono kwa nguvu hitimisho kwamba Mariamu alimpata Yesu bila msaada wa baba wa kibinadamu. Katika nyakati za kihistoria, wanaume walikuwa karibu kila wakati wanaitwa kwa majina ya baba zao.

Vipengele vingine katika Qur'an pia vinaweka msisitizo juu ya ukweli huu kwa nguvu sawa:

Surah 21:91: "Na (kumbuka) yule aliyelinda ubikira wake: Tulimvuta kutoka kwa Roho yetu, na tukawafanya yeye na mtoto wake kuwa ishara kwa watu wote." (Yusuf Ali)

Msisitizo juu ya njia ambayo "mtoto wake" aliletwa kuwa ndani yake kwa nguvu ya ajabu ya Roho Mtakatifu wa Mungu, bila kurejea kwa baba wa kibinadamu, inasisitiza tena mimba ya kimajaliwa ya Yesu Kristo. Aya hii ya Qur'an inasema waziwazi kwamba mimba yake ilitokea kwa msaada wa Roho wa Mungu. Inasema: "Tulimvuta kutoka kwa Roho yetu." Karne nyingi kabla ya Qur'an kujitokeza, Biblia Takatifu ilithibitisha ukweli huu:

Mathayo 1:18: "...alipatikana kuwa na mimba kupitia Roho Mtakatifu."

Pia ni jambo la muhimu kutambua kuwa Mariamu ndiye pekee mwanamke aliyeorodheshwa kwa jina katika Qur'an nzima. Kwa kweli, Surah moja nzima inaitwa kwa jina lake – Surah Maryam. Katika Qur'an, hata Hawa – mama wa kizazi cha binadamu – hajatajwa kwa jina. Sababu gani ya kumtukuza Mariamu katika Qur'an? Ni kwa sababu ya nafasi yake muhimu katika historia ya wanadamu kama mwanamke pekee aliyezaa mtoto akiwa bado bikira. Na alileta mtoto wa kubwa kati ya manabii wa Mungu.

Surah 3:42: Tazama! Malaika walisema: "Ewe Mariamu! Mungu amekuchagua na kukutakasa – amekuchagua juu ya wanawake wa mataifa yote." (Yusuf Ali)

Luka 1:42: "Heri wewe miongoni mwa wanawake, na heri matunda ya tumbo lako."

Sababu Gani Iliyozaa Kuzaliwa Huu wa Kipekee?

Adamu aliumbwa bila msaada wa baba au mama wa kibinadamu. Kama mtu wa kwanza duniani, hakuwa na wazazi wa duniani. Kwa hiyo, tendo kama hilo la uumbaji lilikuwa muhimu mwanzoni mwa dunia ya wanadamu. Lakini kwa Yesu, alizaliwa bila baba wa kibinadamu wakati mchakato wa asili wa uzazi ulikuwepo kwa muda mrefu. Hapa tunaona Mungu akingilia kati mchakato wa asili, akivunja sheria za uzazi alizojiletea mwenyewe, ili Kristo awe na kuzaliwa kwa bikira. Kwa nini Mungu angefanya hivyo? Hakika tendo kama hilo lisingekuwa na maana. Linasisitiza ukweli wa kina kwamba Yesu Kristo alishikilia uhusiano wa kipekee na Yule ambaye alikuwa mbunifu wa mimba hii ya kimuujiza – uhusiano ambao haupo kwa nabii mwingine yeyote. Kuzaliwa kwa nabii mwingine hakujawahi kuwa na kitu chochote kilicho karibu na mimba ya kimuujiza ya Yesu Kristo.

Kukataa kwamba Mungu hufanya jambo lolote bila lengo nyuma yake ni kukataa Mungu mwenyewe. (Surah 38:27) Katika Qur'an, ni ukosefu wa lengo lililobainishwa wazi katika mimba ya kipekee ya Yesu, ambao unamchanganya mtafuta ukweli kuhusu maana ya kuzaliwa kwake kwa muujiza. Kwa kuwa alizaliwa kutoka kwa mwanamke bikira, Yesu alikua na mwanzo wa kipekee na wa kipekee wa maisha yake duniani. Kwa kuwa alikuwa mwanadamu pekee katika historia ya binadamu ambaye alikuja duniani kwa njia hii isiyo ya kawaida, hatuwezi kuridhika na tamko la muhtasari la Qur'an kwamba ilikuwa ni tu maonyesho ya nguvu za Mungu.

Qur'an inafundisha kwamba kuzaliwa kwa Yesu kutoka kwa bikira ilikuwa ni onyesho tu la nguvu za Mungu.

Surah 3:47: "Akasema: Mola wangu! Nitapata vipi mtoto wakati hakuna mtu wa kiume aliyenigusa? Akasema: Ndivyo itakavyokuwa. Allah huumba kile atakacho. Akisha amua jambo, anasema tu kwake: Kuwa! Nalo litakuwa." (Pickthall)

Ukweli wa jambo ni kwamba kuzaliwa kwa Yesu Kristo kutoka kwa bikira hakikuwa tu maonyesho ya nguvu za uumbaji za Mungu kama inavyodokeza katika Qur'an. Ingawa ukweli kwamba ililetwa kwa nguvu za Mungu huna shaka yoyote, lakini hii peke yake haielezei maana au lengo lake. Hakika tendo kuu la kuumba dunia nzima – na vitu vyote vya hai vilivyomo ndani yake – kutoka kwa kutokuwepo ni uthibitisho wa kutosha wa nguvu za uumbaji za Mungu. Je, kulikuwaje na haja ya kuonyesha tena maonyesho haya ya nguvu? Qur'an yenyewe inafundisha kwamba ukweli tu kwamba Mungu angeweza kuumba wanadamu kutoka kwa kutokuwepo ni uthibitisho kwamba Mungu anaweza kuwafufua kutoka kwa wafu.

Surah 22:5: "Enyi watu! Ikiwa mna shaka kuhusu Ufufuo, angalieni kwamba Tulikuumbeni kutoka kwa vumbi..." (Yusuf Ali)

Hivyo, Allah anasema kwamba hakuna uthibitisho wa mwisho wa ufufuo unaohitajika kwa wasioamini kwa kuwa vitendo vyake vya mwanzo vya uumbaji vinatosha kwao kuona nguvu zake za kufufua. Kwa maneno mengine, hakuna haja kwa Allah kuonyesha tena nguvu zake za uumbaji. Kuzaliwa kwa Yesu kwa muujiza hakungeweza kuwa kwa lengo la kuonyesha nguvu za Mungu kwa sababu hakukuwa na maonyesho ya wazi ya nguvu za Mungu kwa wanadamu kuona wakati alipoleta mimba kutokea. Kuzaliwa kwa muujiza hakungeweza kuonyeshwa kifizikia kwa sababu hakukuwa na ushahidi wa wazi wa hilo. Hivyo, tunakubali kwa misingi ya imani yetu katika Neno la Mungu. Ingawa hakukuwa na ishara ya nje ya wazi ya nguvu za Mungu, tunajua kwamba kuzaliwa kwa muujiza ni kweli kwa sababu kilitabiriwa karne nyingi kabla katika Neno la Mungu lisiloshindwa. Kwa kuwa hakuna mtu aliyeweza kuona nguvu za muujiza zikifanya kazi wakati wa mimba, hakika ingekuwa bure kwa Mungu kutumia hilo kama njia ya kuonyesha nguvu zake kwa wengine kuona. Kwa hiyo, kuzaliwa kwa bikira hakungeweza kuwa maonyesho ya bahati ya nguvu za Mungu, kama inavyodai Qur'an. Lazima kulikuwa na sababu nyingine kwa hiyo.

Kwa nini kuzaliwa kwa bikira kwa Yesu kulikuwa na umuhimu? Hakika, Mungu hangefanya tendo la kipekee kama hilo bila sababu kama lingekuwa halihitajiki. Hangemleta Yesu kwa njia hii kama haikuwa ni lazima kufanya hivyo. Kitu kilihitaji kwamba Yesu azaliwe kwa njia hii. Kuzaliwa kwa bikira ni kipengele cha imani, ambacho kinasisitizwa mara kwa mara katika Qur'an, lakini tunakutana na kwamba hakuna maelezo ya kuzaliwa kwa muujiza. Katika Qur'an tunahakikishiwa kwamba ilitokea lakini hatujui kwa nini.

Hata hivyo, jibu linatolewa katika Biblia. Biblia inatupa sababu ya mimba ya kipekee ya Yesu. Inatufundisha kwamba kinyume na manabii wengine wote, Yesu ni Mwana pekee wa Mungu. Hivyo, ni muhimu kabisa kwamba azaliwe kutoka kwa mwanamke bikira ikiwa atakuja katika mfano wa wanadamu. Kama Mwana wa Mungu, aliishi tangu mwanzo wa wakati ambapo Mungu alianza kazi zake za uumbaji. (Wakolosai 1:15). Biblia inamtambua Yesu kama Mwana pekee wa Mungu. (Yohana 3:16). Kwa kuwa yeye ni Mwana pekee wa Mungu, haingewezekana azaliwe kutoka kwa baba wa kibinadamu wakati wakati wa Mungu ulifika kwa ajili yake kuwa mwanadamu. Yesu hakuweza kuumbwa kwa njia ya baba wa kibinadamu kwa kuwa yeye ni Mwana pekee wa Mungu. Ni Mungu pekee anayeweza kuwa Baba wa Mwana wa Mungu.

Hii inafafanua umuhimu wa kuzaliwa kwa bikira na inatoa sababu yake. Ni kwa kukubali Yesu kama Mwana wa Mungu pekee tunaweza kuelewa maana ya kuzaliwa kwa bikira. Yesu ilibidi azaliwe kutoka kwa mwanamke bikira ikiwa yeye ni Mwana wa Mungu na hivyo alikuwepo pamoja na Baba yake wa mbinguni kabla ya kuwa mwanadamu. Hivyo, sababu ya kuzaliwa kwa kipekee kwa Yesu inafanywa wazi kwa ukweli huu pamoja na umuhimu wake. Alizaliwa kwa njia hii ya kipekee kwa kushirikiana maalum na kuingilia kati kwa Mungu kwa sababu yeye ni Mwana wa Mungu. Ndio maana Mungu alifanya wanadamu wengine wote kuja duniani kwa njia za asili lakini alihusika hasa katika mimba ya bikira ya Yesu. Wanadamu wengine wote wametengenezwa kutoka kwa vumbi lile lile ambalo Adamu aliumbiwa, lakini Yesu alizaliwa kwa Roho wa Mungu pekee kwa sababu yeye ni Mwana wa Mungu. Hii ndiyo sababu alikua na mwanzo huu wa kipekee kwa maisha yake duniani – kwa sababu yeye mwenyewe ni wa kipekee kwa kuwa yeye ni Mwana wa Mungu.

Hii ndiyo hasa aliyoambiwa Malaika Mariamu alipokuja kuelezea mimba ya muujiza:

Luka 1:32: "Atakuwa mkuu na ataitwa Mwana wa Aliye Juu Zaidi."

Luka 1:35: "Hivyo, mtoto atakayezaliwa ataitwa mtakatifu, Mwana wa Mungu."

Katika Injili, kuzaliwa kwa bikira pia kunachukuliwa kama kiungo muhimu katika utekelezaji wa kusudi la Mungu kwa ajili ya wokovu wa wanadamu. Ilikuwa ni moyo wa kusudi takatifu la Mungu kuokoa wanadamu waliodondoka ambao kwa asili yao ya dhambi walikuwa wanakabiliwa na bure. (Angalia Waroma 8:20). Hivyo, wokovu wa wanadamu –

wokovu wako – unahusiana moja kwa moja na kupata maarifa sahihi ya kusudi takatifu lililo nyuma ya kuzaliwa kwa muujiza kwa Yesu Kristo. Hebu sasa tuangalie ushahidi mwingine katika Qur'an unaoashiria Utu wa Yesu.

YESU KRISTO NDIO NABII PEKEE ANAYETWA "NENO LA MUNGU"

Surah 3:45: Tazama! Malaika walisema: "Ewe Mariamu! Allah anakupa habari njema ya Neno kutoka kwake: jina lake litakuwa Kristo Yesu, mwana wa Mariamu, ataheshimiwa katika dunia hii na Akhera, na katika (kundi la) wale walio karibu na Allah;" (Yusuf Ali)

Surah 4:171: "Kristo Yesu mwana wa Mariamu alikuwa (sio zaidi ya) mjumbe wa Mungu, na Neno Lake, alilompa Mariamu, na Roho inayotoka kwake: hivyo amini katika Mungu na mitume wake." (Yusuf Ali)

Katika Qur'ani, Yesu anaitwa "Neno Lake" katika Surah 4:171. Na katika Surah 3:45, Qur'ani inasema kwamba Allah alimuambia Mariamu habari njema "ya Neno kutoka kwake." Katika Kiarabu, usemi ulio hapa ni "kalimatim-minhu." Inamaanisha: kalima (neno) min (kutoka) hu (yeye). Ni muhimu kwa Waislamu kutambua kwamba Yesu Kristo ndiye nabii pekee aliyewahi kuishi, anayeitwa "Neno kutoka kwa Mungu." Karne nyingi kabla ya Qur'ani kuja kuwepo, jina hili hili lilitolewa kwa Yesu katika Biblia:

Yohana 1:14: "Neno likawa mwili na likakaa kwetu. Tumekiona utukufu wake, utukufu wa Mwana pekee aliyetoka kwa Baba, aliyejaa neema isiyostahiliwa na ukweli."

Ufunuo 19:13: "…jina aliloitwa ni Neno la Mungu."

Lakini kwa nini Yesu anaitwa "Neno la Mungu"? Kwa kuzingatia ukweli kwamba Qur'ani inamwita Yesu jina hili bila maelezo, ni katika Biblia ambapo tunapata maana kamili ya neno hili. Anaitwa hivyo si tu wakati wa maisha yake hapa duniani, bali pia wakati wa kuwepo kwake kama roho kabla ya kuwa mwanadamu mbinguni. Zaidi ya hayo, kitabu cha Ufunuo kinadhihirisha kwamba hata baada ya kufufuliwa kwake mbinguni, Yesu bado anaitwa "Neno la Mungu." Majina ya kibiblia mara nyingi yanaelezea jukumu linalotolewa au kazi inayofanywa na mwenye jina hilo. Kwa mfano, katika Kutoka 4:16, inasema kwamba Mungu alimweka Haruni kuwa "kinywa" au "msemaji" wa Musa, akisema:

"Lazima aseme kwa niaba yako kwa watu; na itakuwa kwamba atakuwa kinywa kwako, na wewe utakuwa Mungu kwake."

Kwa njia sawa, Yesu alihudumu kama Kinywa, au Msemaji, wa Baba yake, Mfalme Mkuu wa Milele. Alikuwa Neno la Mungu la mawasiliano kwa kuwasilisha habari na maagizo kwa wapenzi wa Mungu hapa duniani. Kabla ya kuja kwa Yesu duniani, mara nyingi wakati Mungu alipozungumza na wanadamu, alimtumia Yesu kama mjumbe wake wa kimbingu. Kuonyesha kuwa Yesu anaendelea kutumika kama Msemaji wa Baba yake, au Neno, Yesu aliwaambia wasikilizaji wake:

Yohana 12:49-50: "Sijazungumza kwa mapenzi yangu mwenyewe, bali Baba mwenyewe aliyenituma ameniagiza niambie nini na niseme nini... Kwa hiyo, maneno ninayosema, kama vile Baba alivyoniambia, nayaongea."

Majina "Neno Lake" na "Neno kutoka Kwake" ni ya kipekee katika Qur'ani. Hakuna manabii wengine wanaoitwa hivyo.

Licha ya heshima zote zinazozungumzia mtu wa Kristo, wafuasi wa Uislamu kwa siri wanamuona kama mpinzani wa ukubwa wa Muhammad. Kwa hiyo, haitupasi kushangaa wanapojaribu rahisisha majina ya kina na ya kipekee ya Yesu Kristo. Fikiria kwa mfano jinsi wasomi wa Kiislamu wanavyokuwa na jaribio la kughushi na kupunguza maana ya kweli na matumizi ya jina la Yesu kama "Neno kutoka kwa Mungu." Tovuti moja ya Kiislamu inasema:

"Wakati wowote Mungu anapofanya jambo, kama kutoa maisha au kusababisha kifo, anasema neno 'Kuwa' na inatokea. Kwa kuwa Yesu alizaliwa bila baba, hakuwa ameumbwa na mbegu za kiume. Badala yake, uumbaji wake, kama Adamu, unahusishwa moja kwa moja na Neno la Mungu, 'Kuwa.' Mungu anasema: 'Kwa kweli mfano wa Yesu kwa Mungu ni kama mfano wa Adamu; Aliuumba kutoka kwa mavumbi, kisha akamwambia, 'Kuwa,' na akawepo.' (Qur'ani 3:59)."

Kwa kifupi, Yesu ni 'Neno' la Mungu kwa sababu alikuja kuwa na kuwepo kwa Neno la Mungu – 'Kuwa.'

Wasomi wengi wa Kiislamu pia wanatoa maelezo kama haya. Ikiwa maelezo haya ni ya kweli, basi kwa nini Adamu hapewi jina la "Neno la Mungu"? Ikiwa jina "Neno la Mungu" linatolewa kwa sababu tu ya njia ya Mungu ya kumleta mtu katika uwepo kwa kusema neno "Kuwa," je, si sahihi zaidi kwa Adamu kupokea jina hili kwa sababu yeye alikuwa mwanadamu wa kwanza kuumbwa kwa njia hii? Qur'ani inatambua tu watu wawili kwa majina walioumbwa kwa njia hii, yaani, kwa kusema neno, "Kuwa." Wa kwanza alikuwa Adamu na wa pili, Yesu. Hata hivyo, Adamu hakuitwa "Neno la Mungu" katika Qur'ani. Ingawa, kama Yesu, alikuwa hana baba wa kibinadamu, bado hajulikani kama "Neno la Mungu." Wala malaika wala viumbe wengine hawapewi jina hili.

Katika Qur'ani, Yesu pekee ndiye anayeitwa "Neno la Mungu." Jina hili linamhusu Yesu pekee.

Tabia hii ya kughushi ukweli wa Yesu badala ya kuchunguza kwa dhati sababu za kioja chote cha kipekee kinachomhusisha inapelekea tu kwenye njia ya makosa kwa Waislamu. Kitendo cha kuficha kwa kutokuwa mwaminifu umoja wa Yesu Kristo na wasomi wa Kiislamu kinapaswa kuwa onyo kwa Waislamu wa dhati. Kwa kweli, kuti kumti Yesu Kristo ambaye ni "Neno la Mungu," ni hitaji muhimu ambalo linatamkwa waziwazi katika Biblia:

Yohana 3:16-18: "Kwa maana Mungu aliupenda dunia hivyo, hata akamtoa Mwana wake wa pekee, ili kila amwaminiye asipotee, bali awe na uzima wa milele. Kwa maana Mungu hakumtuma Mwana wake duniani ili kuilaani dunia, bali ili dunia ipate kuokolewa kwa yeye. Kila amwaminiye yeye halaaumiwi, bali yeye asiyeamini amejaa hukumu tayari, kwa sababu hakumwamini jina la Mwana wa pekee wa Mungu."

Yohana 5:24: "Yeye asikiaye neno langu na kuamini yeye aliyonituma ana uzima wa milele."

Yohana 8:31: "Ikiwa mkiendelea katika neno langu ninyi ni wanafunzi wangu kweli."

Na katika Qur'ani pia, inasemekana kuwa Yesu alisema yafuatayo:

Surah 3:50: "Nimekuja kwenu, kuthibitisha Sheria iliyokuwa kabla yangu. Na kufanya halali kwenu sehemu ya yale yaliyo kuwa ya haramu kwenu; Nimekuja kwenu na Ishara kutoka kwa Mola wenu. Kwa hiyo mcheni Mungu, na mti." (Yusuf Ali)

YESU KRISTO NI NABII PEKEE ANAYEWEKWA KAMA "ROHO KUTOKA KWA MUNGU"

Katika Uislamu, Yesu anapewa jina la Ruhullah, linalomaanisha "Roho ya Mungu."

Surah 4:171: "Masihi, Yesu mwana wa Maryamu, alikuwa (sio zaidi ya) mtume wa Allah, na Neno lake, alilolitoa kwa Maryamu, na Roho kutoka Kwake."

Maneno yaliyotumika katika Surah 4:171 ni ruhun-minhu, "Roho kutoka kwake." Hivyo, Qur'ani inamwelezea wazi wazi Yesu, mwanadamu, kama Roho kutoka kwa Mungu mwenyewe. Pamoja na Yesu kuwa ni kipekee pekee, hakuna binadamu mwingine ambaye amewahi kuonyeshwa kama hivyo. Hata hivyo, hakuna juhudi yoyote iliyofanywa kuelezea tamko hili la kipekee la imani katika Qur'ani. Kama tunavyoona, aya hii inasaidia kwa nguvu imani ya Kikristo kwamba Yesu alikuwa ni kiumbe cha Roho kilichokuwepo kabla ya kuja duniani kwa umbo la kibinadamu. Kwa kweli, Surah 4:171 inadhihirisha kuwa Yesu alikuwepo kabla ya kuzaliwa kwake na mwanamke mjumbe.

Kwa Qur'ani kutambua Yesu kama Roho kutoka kwa Mungu aliyepewa kwa Maryamu inaonyesha kuwa alikuwa na Mungu hata kabla ya kupewa kwake. Hii ni karibu kabisa na Qur'ani kukubali kuwepo kwa Yesu kabla ya kuzaliwa kwake duniani. Ukosefu wa ufafanuzi wa maana ya jambo hili, hata hivyo, unadhihirisha kuwa Muhammad alisikia na kuchukua mafundisho ya Kikristo na majina yanayomhusu Yesu bila kuyaelewa au kuona maana zake kubwa. Alikosa kuelewa kuwa kweli hizi zote zilithibitisha ukweli kwamba Yesu alikuwa zaidi ya nabii. Ndio! Tofauti na nabii mwingine yeyote, Yesu ni Mwana wa pekee wa Mungu ambaye alikuwepo kama Roho mbinguni kabla hajaja duniani kama binadamu. Biblia, kwa njia isiyo na shaka, inathibitisha ukweli huu wa kimungu. Inaripoti kuwa Yesu alihamishwa kutoka kwa ulimwengu wa roho na "alikuja kuwa mfano wa wanadamu."

Wafilipi 2:5-8: "Kuwa na mtindo huu wa mawazo ndani yenu ambao ulikuwa pia kwa Kristo Yesu, ambaye, ingawa alikuwa akikuwepo katika sura ya Mungu, hakuzingatia kuwa sawa na Mungu. La, bali alijitwalia mwenyewe na kuchukua sura ya mtumishi na kuwa mfano wa wanadamu. Zaidi ya hayo, alipojiona akiwa katika sura ya mwanadamu, alijinyenyekeza na kuwa mtiifu hadi kifo, ndiyo, kifo juu ya mti wa mateso."

Yohana 16:28: "Nilitoka kwa Baba na nikaingia duniani. Zaidi ya hayo, naondoka duniani na naenda kwa Baba."

Kwa kuwa Qur'ani inamtambua Yesu kama "Neno la Mungu" na kama "Roho kutoka kwa Mungu," basi tamko hizi mbili zitamfanya Yesu kuwa zaidi ya nabii kwa sababu hakuna mwanadamu anayeweza kuitwa kwa majina kama hayo. Majina haya yangekuwa sahihi tu kwa yule ambaye ni Mwana wa pekee wa Mungu. Hivyo, Waislamu wanalazimika kukubali kwamba majina ya kipekee yaliyotolewa kwa Yesu yanamwinua katika ulimwengu wa kipekee na yanatoa sababu ya yeye kuchukuliwa huko mbinguni baada ya kifo chake duniani, wakati hadhi ya kawaida ya Muhammad kama nabii wa Allah inatoa sababu ya yeye kurudi kwenye vumbi alilotoka.

YESU KRISTO NI NABII PEKEE ANAYETANGAZWA KAMA "MTAKATIFU" AU "BILA KOSA" KATIKA QUR'ANI

Malaika alisema kwa Maryamu:

Surah 19:19: "Alisema: La, mimi ni mtume tu wa Bwana wako, (ili nipewe) habari ya mtoto mtakatifu." (Yusuf Ali)

"Alisema: Mimi ni mtume tu wa Bwana wako, ili nipewe mtoto asiye na dosari." (Pickthall)

Luka 1:35: Kwa kujibu, malaika alisema kwake: "Roho Mtakatifu atakuja juu yako na nguvu za Aliye Juu zitakufunika. Kwa hiyo mtoto atakayezaliwa ataitwa mtakatifu - Mwana wa Mungu."

Neno la Kiarabu, "zakiyya" (bila kosa) lina maana ya kwamba Yesu alikuwa hana dhambi kabisa. Miongoni mwa wanadamu, ni Yesu Kristo pekee anayeelezewa kama asiye na kosa au asiye na dhambi katika Qur'ani na Biblia. Ingawa Yesu anaelezewa kwa nguvu kama hivyo katika Vitabu vyote viwili, hakuna nabii mwingine – hata Muhammad – anayeelezewa hivyo. Qur'ani na Biblia zote zinaelezea dhambi za manabii wengine na zote zinatuachia hisia thabiti kwamba Yesu pekee alikuwa bila dhambi. Katika aya ya Qur'ani iliyo juu, utakatifu wa mtoto wa Maryamu unaonyeshwa kuwa ni sababu ya kuzaliwa kwa kipekee kwa Yesu. Hii ina maana kwamba mwanadamu hawezi kuzaliwa kutoka kwa mwanamke mjumbe isipokuwa yeye ni bila kosa. Hivyo Yesu Kristo, akiwa ndiye tu mwanadamu aliezaliwa kwa njia hii, lazima pia kuwa ni mwanadamu pekee asiye na dhambi aliyeishi.

Kwa kuwa alitoka kwa Mungu na si kwa mbegu ya mwanadamu, maisha ya Yesu hayakuguswa na athari za dhambi wakati wa kuzaliwa. Kinyume na madai ya Waislamu kwamba manabii wote ni wasio na dhambi, ni dhahiri katika Qur'ani yenyewe kwamba hata manabii wakubwa walikuwa wakimwomba Mungu awasamehe dhambi zao. Tofauti na Yesu, wao pia, kama wanadamu wengine, walizaliwa kutoka kwa mbegu ya Adamu. Angalia mifano ifuatayo katika Qur'ani inayonyesha kuwa hata manabii wakubwa walifanya dhambi na walihitaji msamaha wa Mungu:

ADAMU: Surah 7:23: Walisema: "Bwana wetu, tumekosea nafsi zetu. Ikiwa hutusamehe na kutupa rehema zako, hakika tutapotea." (Yusuf Ali)

IBRAHIMU: Surah 26:82: "Na nina matumaini atanisamehe dhambi zangu siku ya Hukumu." (Sher Ali)

MUSA: Surah 28:16: "Alimwomba: 'Ewe Bwana wangu! Hakika nimeshindwa nafsi yangu! Tafadhali nisamehe!' Basi Mungu akamsamehe." (Yusuf Ali)

DAUDI: Surah 38:24: "Na Daudi alijua kuwa tumemjaribu; alimuomba msamaha Bwana wake, akaanguka chini, akainama kwa uso na akarudi kwa Mungu kwa toba." (Yusuf Ali)

SULEIMANI: Surah 38:35: "Alisema, 'Ewe Bwana wangu! Nisamehe.'" (Yusuf Ali)

YONA: Surah 37:142-144: "Kisha samaki mkubwa akamumeza, na alikuwa amefanya matendo ya kulaumiwa. Ingawa hakungekuwa na toba yake na kumtukuza Mungu, hakika angelikuwa bado ndani ya samaki." (Yusuf Ali)

Qur'ani pia inashuhudia kwamba hata Muhammad alikuwa mwenye dhambi na alihitaji msamaha wa Mungu.

MUHAMMAD: Surah 48:1-2: "Angalia! Tumekupa, Ee Muhammad, ushindi mkubwa, Ili Allah akusamehe dhambi zako zilizopita na zile zitakazokuja." (Pickthall)

Surah 47:19: "Basi jua (Ee Muhammad) kwamba hakuna Mungu isipokuwa Allah, na omba msamaha kwa dhambi zako na kwa waumini waume na wake. Allah anajua (vitu vyote) vya mahali pako pa shida na mahali pako pa kupumzika." (Pickthall)

Muhammad na wafuasi wake Waislamu wanamuriwa kutubu dhambi zao. Hii inathibitisha kwa uhakika kwamba Muhammad alihitaji msamaha. Kwa kweli, karne nyingi kabla ya Qur'ani kuja kuwepo, Biblia Takatifu ilishuhudia ukweli huu:

Warumi 3:23: "Kwa maana wote wamefanya dhambi na kupungukiwa na utukufu wa Mungu."

Tofauti ya Pekee – Yesu Kristo

1 Petro 2:22: "Yeye (Yesu) hakufanya dhambi, wala hakuwa na hila kinywani mwake."

Kuhusu Yesu, kitabu cha Waebrania kinasema:

Waebrania 4:15: "Kwa maana hatuna kuhani mkuu ambaye hawezi kushiriki hisia zetu za udhaifu, bali mmoja ambaye alijaribiwa kwa kila njia, kama sisi, lakini bila dhambi."

Ndio! Yesu Kristo hakufanya dhambi. Ni aina gani ya mwanaume ambaye hajawahi kutenda dhambi? Hakuna mstari mmoja katika Qur'ani au Biblia unaosema kwamba Yesu aliomba msamaha kwa Mungu. Sababu ni wazi. Alikuwa Mtakatifu. Alikuwa Bila Kosa. Alikuwa Safi kabisa. Na anazidi kuishi kama hivyo. Alitoka kutoka kwenye ulimwengu wa juu na si wa dunia hii. Ndio maana Qur'ani inakubali kwamba Yesu ni Roho kutoka kwa Mungu. Yesu mwenyewe alishuhudia ukweli huu katika kifungu hiki cha Biblia.

Yohana 8:23: "Hivyo akaendelea kuwaambia: 'Ninyi mmetoka chini; Mimi nimetoka juu. Ninyi mmetoka katika dunia hii; Mimi si kutoka katika dunia hii.'"

Hadithi pia inarekodi kwamba Yesu alikuwa bila dhambi, hakuguswa na Shetani. Muhammad mwenyewe aliamini hili!

Sahih Muslim, Juzuu ya 4, uk 1261:

Abu Huraira aliripoti: Mtume wa Allah (saw) alisema: Shetani hugusa kila mwana wa Adamu siku mama yake anapomzaa, isipokuwa Maryamu na mtoto wake.

Angalia kwamba Hadithi hii inasema "Shetani hugusa kila mwana wa Adamu siku mama yake anapomzaa." Hivyo, mada ya Hadithi hii ni Yesu, si Maryamu. Kwa hiyo, kwa nini Maryamu alihifadhiwa pia kutoka kwa Shetani? Ni kwa sababu ya mtoto aliye katika tumbo lake. Ni Yesu pekee anayeitwa "mtoto mtakatifu" katika Qur'ani. Hakuna mahali katika Qur'ani ambapo Maryamu anaitwa "msichana mtakatifu." Hata hivyo, alifanywa kuwa chombo cha Mungu kuzaa mtoto wake kama mwanadamu duniani. Na ni kwa sababu hii pekee, Maryamu alihifadhiwa wakati wa kujifungua "mtoto mtakatifu." Ili kumlinda Yesu, Maryamu alihitaji kulindwa.

Kwa nini Yesu awe ndiye tu mwanadamu ambaye hana dhambi miongoni mwa wanadamu? Qur'ani inakubali kuwa yeye ni asiye na dhambi lakini hatoi sababu kwa hilo. Ukweli kwamba Qur'ani inamtambua Yesu kama nabi hautoi jibu kwa swali letu. Kwa hiyo, kwa nini manabii wengine hawatambuliki katika Qur'ani kama wasio na dhambi au bila kosa? Kwa kweli, wengi wao wanatajwa kuwa wahalifu. Lakini tunapaswa kuuliza tena, "Kwa nini Yesu alikuwa pekee asiye na dhambi na si wanaume wengine?" Tunaweza tu kuelewa hili ikiwa tutaelewa maana kamili ya jukumu la Yesu katika kusudi la Mungu. Tutathamini pia kwa nini sifa hizi zote za kipekee zimewekewa mtu mmoja. Kwa kuwa Qur'ani haifichui kilichomfanya Yesu kuwa wa kipekee, tunahitaji kwenda kwa Biblia kwa jibu.

Mwana wa Mungu

Tunaona kwamba sifa zote za kipekee za maisha ya Yesu sio tu zinazounga mkono imani ya Kikristo kwamba yeye ni Mwana wa Mungu, bali pia ni muhimu kabisa kwa kujitetea kwa msimamo wa Kikristo kuhusu Mwana wa Yesu Kristo. Hivyo, imani ya Kikristo inategemea ushahidi imara na sio hisia.

Pamoja na Qur'ani na Biblia kutufundisha waziwazi kwamba Yesu hakuwa na baba wa kibinadamu. Hivyo, lazima tujiulize maswali muhimu yafuatayo:

Kwa kuwa Yesu anaitwa "mwana" na malaika Gabriel katika Qur'ani (Surah 19:19) na katika Biblia (Luka 1:35), ni "mwana" wa nani? Ndio! Ni "mwana" wa nani? Je, ni wa Maryamu?

Katika Surah 19:19, malaika Gabriel alisema kwa Maryamu:

"Mimi ni mtume tu wa Bwana wako, ili nikutangazie zawadi ya mtoto mtakatifu."

Hapa, Gabriel anarejelea mtoto ambaye alikuwa atapokelewa kama "zawadi" kutoka kwa Mungu kwa Maryamu. Kwa kuwa Qur'ani inafanya waziwazi kwamba mtoto ni zawadi kutoka kwa Mungu, inaonyesha kwamba Maryamu alikuwa mpokeaji wa zawadi hiyo tu. Yeye si chanzo cha zawadi hiyo bali Mungu. Zawadi ni ya Mungu. Zawadi ilikuwa mtoto. Hivyo, mtoto ni wa Mungu. Mtoto alikuwa wake au mtoto wake. Kwa maneno mengine, mtoto alikuwa mtoto wa Mungu. Hii inashuhudia ukweli wa Injili kwamba Yesu ni Mwana wa Mungu.

Waislamu wanaelewa vibaya sana kile Wakristo wanachomaanisha wanaposema Yesu ni Mwana wa Mungu. Kwa Waislamu, inamaanisha kwamba tunaamini kwamba Mungu alifanya tendo la kimwili la ngono kutunga mtoto. Hii ni matusi makubwa kwa Mungu kwa sababu Wakristo pia wanakubaliana kabisa na Waislamu kwamba "haitoshelezi ukuu na utakatifu wa Mungu kwamba awe na mtoto" kupitia njia ya kimwili. (Surah 19:35). Tunajua kwamba haiwezekani kwa Mungu kuzaa mtoto kama vile mwanaume anavyomzaa mtoto. Hili haliwezi kamwe kutokea. Mungu hawezi kufanya tendo hilo la kimwili na hatupaswi kamwe kumfikiria Mungu kwa njia hii. Hakuna Mkristo atakayefikiria jambo la matusi kama hilo kuhusu Mungu aliye hai wa kweli. Wakristo hawamini kwamba Yesu ni Mwana wa Mungu kwa maana ya kimwili. Wanamini kwamba Yesu ni Mwana wa Mungu kwa maana ya kiroho.

Qur'ani inajiuliza swali katika Surah 6:101:

"Vipi anaweza kuwa na mwana wakati hana mke?"

Tazama kwa makini jinsi Uislamu unavyomhusisha Mungu na sifa za kimwili za wanadamu katika aya hii. Hakuna hata kidogo kuzingatia asili isiyo na mwisho ya utakatifu wa Mungu. Kwa sababu wanaume duniani hawawezi kuwa na watoto isipokuwa wanapoishi na wake zao, Qur'ani inahitimisha kwa matusi kwamba Mungu, pia, hawezi kuwa na mwana isipokuwa aishi na mke. Muhammad alishindwa kuona zaidi ya kimwili. Hakukuwa na uwezo wa kuona mbali na kile cha muda au cha kimwili. Sababu ya kushindwa kabisa kwa Muhammad kuona asili ya matusi katika aya hii ya Qur'ani inaelezewa kwetu katika Biblia Takatifu:

1 Wakorintho 2:14: Lakini mwanadamu wa kimwili hapokei mambo ya roho ya Mungu, kwa maana kwake ni upumbavu, wala hawezi kuyajua, kwa sababu yanaangaliwa kiroho.

Ni muhimu kwetu kuzingatia ukweli kwamba maneno "kiroho" na "kiroho" hayaonekani katika Qur'ani yote. Je, kitabu kisichokuwa na neno "kiroho" kinaweza kuelewa mambo ya kina ya kiroho ya Mungu?

1 Wakorintho 2:10-13: Kwa maana kwetu sisi Mungu ametufunulia mambo hayo kwa roho wake, kwa maana roho huchunguza mambo yote, hata mambo ya kina ya Mungu. Kwa maana ni nani kati ya wanadamu ajuaye mambo ya mwanadamu isipokuwa roho ya mwanadamu aliyemo ndani yake? Vivyo hivyo, hakuna mtu aliyekuja kufahamu mambo ya Mungu, isipokuwa roho ya Mungu. Sasa sisi hatukupokea roho ya dunia, bali roho inayotoka kwa Mungu, ili tupate kujua mambo ambayo Mungu ametupatia kwa wema. Mambo haya pia tunasema, si kwa maneno yaliyofundishwa na hekima ya kibinadamu, bali kwa maneno yaliyofundishwa na roho, tunapochanganya mambo ya kiroho na maneno ya kiroho.

Kabla ya kujibu swali lililo raised katika Surah 6:101, tunataka kuwavutia Waislamu kwa ukweli kwamba Qur'ani yenyewe inajibu swali hili katika Surah 39:4:

"Ikiwa Allah angependelea kuchagua mwana, angeweza kuchagua alichokitaka kutoka kwa alichoumba. Umetukufu kwake! Yeye ni Allah, Mmoja, Aliye Juu." (Pickthall)

Je, aya hii ya Qur'ani haithibitishi kwamba Allah anaweza na angeweza kuwa na mwana? Sasa tutajibu swali lililo raised katika Surah 6:101. Aya hii ya Qur'ani inauliza swali, "Vipi Mungu anaweza kuwa na mwana bila mke?" Jaribu kuelewa upumbavu wa moja kwa moja wa swali hili kwa muda. Kwa mujibu wa mantiki ya kipumbavu ya Qur'ani, ingawa Mungu Mwenyezi alikuwa na uwezo wa kuumba ulimwengu mkubwa na kila kiumbe kilicho hai kilichomo ndani yake kutoka kwa hakuna, hawezi kuzaa mtoto kwa ajili yake mwenyewe bila mke.

Fikiria, ikiwa Mungu angeweza kumfanya Maria azalie mtoto bila mume, kwa nini itakuwa vigumu kwake kumzaa mtoto kwa njia ile ile bila mke? Kwa nini Maria aweze kufanya jambo ambalo Allah hawezi? Ikiwa Waislamu wanaweza kukubali ukweli kwamba ilikuwa inawezekana kwa Maria kubeba mtoto bila mume (mume) kwa nini wanashindwa kukubali ukweli kwamba Muumba Mwenyezi anaweza kuwa na mtoto bila mke (mke)? Ndio, ikiwa Maria anaweza kupata mtoto bila kushirikiana kimapenzi na mume, bila shaka Muumba Mwenyezi anaweza kuwa na mtoto bila kushirikiana kimapenzi na mke. Ingekuwa ni upumbavu mkubwa kwa mtu yeyote kupunguza uwezo wa Mungu kwa kusema, "Mungu hawezi kuwa na mtoto." Qur'ani yenyewe inatangaza:

Surah 2:20: "Angalia! Allah ana uwezo wa kufanya kila kitu." (Pickthall)

Mungu ndiye Muumba wa mbingu na dunia na kila kiumbe kilicho hai ndani yake. Na Mungu alimwuliza Ibrahimu swali lifuatalo:

Mwanzo 18:14: "Je, kuna jambo lolote linaloshinda uwezo wa Mwenyezi?"

Na Yesu Kristo, Nabii mkuu wa Mungu, anatupa jibu:

Mathayo 19:26: "Kwa Mungu yote yanawezekana."

Hakuna Muislamu atakayekataa ukweli kwamba ni Mungu aliumba wanadamu akiwawezesha kuwa na uwezo wa kuzaliana watoto wa kiume na wa kike. Ndio, Mungu aliumba Adamu akiwa na uwezo wa kuwa na watoto wa kiume na wa kike. Katika kitabu cha Zaburi, Mungu anawashauri wale wanaopunguza nguvu zake:

Zaburi 94:8-9: "Tazameni, enyi watu wapumbavu wasio na akili! Lini mtakuwa na hekima, enyi wapumbavu? Yeye aliyepanda sikio, je, hashiki? Yeye aliyemuumba jicho, je, haoni?"

Na kwa maswali haya ya kufikirisha, tunaweza kuongeza, "Yeye aliyempa mwanadamu uwezo wa kuwa na watoto, je, hawezi kuwa na mtoto?" Jibu la kimantiki kwa swali hili ni wazi. Kwa ufahamu rahisi, mtu mwenye akili atakubaliana kwamba Mungu anaweza kuwa na mtoto.

Neno "Mtoto" linamaanisha "mvulana wa kibinadamu aliyeangaliwa kwa viwango vyote vya wazazi wake au mmoja wao." Pia linamaanisha "mwana wa kiume." Kila mtoto wa kiume au mtu lazima awe mtoto wa baba aliyemzaa au kumzaa maisha yake. Adamu hakuwa na baba wa kibinadamu, lakini bado alikuwa lazima awe mtoto wa mtu fulani. Je, alikuwa mtoto wa nani? Inaonekana wazi kwamba Adamu lazima alikuwa mtoto wa Mungu kwa sababu Mungu alikuwa mtunzi wa maisha yake. Mungu alikuwa baba yake. Biblia, ambayo ina historia ya kale zaidi ya kizazi cha mwanadamu, inathibitisha ukweli huu inapotoa ukoo wa kizazi cha mwanadamu:

Luka 3:38: "Adamu, mwana wa Mungu."

Kitendo cha kiungu cha nguvu za uumbaji za Mungu kilisababisha maisha ya Adamu – mtoto wa Mungu. Kuhusu Yesu, ni jambo la kuvutia kutambua kukiri hili katika Qur'ani:

Surah 3:59: "Angalia! Ufanano wa Yesu na Allah ni kama ufanano wa Adamu." (Pickthall)

Wote wawili hawakuwa na baba wa kibinadamu. Hivyo, kadri Adamu alivyokuwa mtoto wa Mungu, ndivyo Yesu alivyokuwa. Hata hivyo, ufanano huu unakoma hapa. Hii haimfanyi Adamu kuwa sawa na Yesu, Mtoto wa Kwanza aliyejaa utukufu ambaye aliishi na Baba yake wa mbinguni kwa vizazi kabla ya Adamu au kitu kingine chochote au mtu yeyote kuumbwa. (Wakolosai 1:15). Yesu alikuwa na bado ni Mtoto wa kipekee wa Mungu.

Waislamu wengine wanaamini kwamba kwa sababu Yesu alizaliwa bila baba wa kibinadamu, fundisho la Kikristo la Yesu kama Mtoto wa Mungu lilianzishwa moja kwa moja kuanzia wakati huu na kuendelea. Inapaswa kuonyeshwa kwamba kwa kweli, ni kinyume – kwa sababu yeye alikuwa Mtoto wa Mungu aliyeishi kabla, haikuwezekana kwamba angezaliwa kwa njia nyingine yoyote. Waislamu wanahitaji kuelewa kwamba Yesu alizaliwa kwa njia ya kimungu kwa sababu hakukuwa na njia nyingine yoyote ya yeye, kama Mtoto wa Mungu ambaye alikuwa na uwepo kabla ya kuwa mwanadamu, kuweza kuzaliwa. Ikiwa angeweza kuzaliwa kwa njia ya kawaida, ingekuwa vigumu sana kudhibitisha uwepo wake kabla kama kiumbe cha kiroho. Fundisho la kuzaliwa kwa bikira ni muhimu kwa imani ya Kikristo kwamba Yesu ni Mtoto wa Mungu. Upekee wa kuzaliwa kwake ni muhimu kwa imani ya Kikristo katika Yesu kama Mtoto wa Mungu.

Mara Qur'ani inapokataa ukweli kwamba Yesu ni Mtoto wa Mungu, haiwezi kupata maana yoyote kwa kadhia hii. Biblia, kinyume chake, inatoa madhumuni muhimu kabisa kwa hiyo – kama Mtoto wa Mungu, hakukuwa na njia nyingine ambayo angeweza kuzaliwa.

Ni sifa hii ya kipekee ya kuzaliwa kwa bikira inayoonyesha maana yake halisi na umuhimu wake. Ni nyuma ya ukweli wa kuzaliwa kwa bikira ambapo tunapata maana yake halisi na ni ya kuvutia kuona jinsi Qur'ani bila kukusudia inaenda mbali sana kuelewa maana hii, lakini mwishowe inashindwa kupitia kukataa Yesu kama Mtoto wa Mungu.

Injili ya Mathayo ilirekodi tukio lililotokea takriban siku mbili kabla ya kifo cha Yesu. Yesu alikuwa akijadili kwa muda mrefu na viongozi wa kidini wa Kiyahudi. Kwanza Mafarisayo na kisha Sadukayo walijaribu kumtega katika mazungumzo yake. Mwishowe, walipomaliza jitihada zao na walikuwa wamesimama mbele yake, Yesu hatimaye aliwauliza swali. Ilikuwa mara ya mwisho atakapotumia wakati wake kujadiliana nao. Aliwauliza Mafarisayo:

Mathayo 22:42: "Nadhani nini kuhusu Masihi? Mtoto wa nani ni yeye?"

Waliijibu haraka, "Mtoto wa Daudi." Na aligeukia kwao, Yesu alijibu kwa maneno yafuatayo:

Mathayo 22:43-46: "Basi, inakuwaje Daudi kwa msukumo wa Roho anasema 'Bwana,' akisema, 'Jehovah alisema kwa Bwana wangu: 'Kaa mkono wangu wa kuume mpaka niweweka adui zako chini ya miguu yako'? Ikiwa basi, Daudi anampatia yeye 'Bwana,' inakuwaje yeye kuwa mtoto wake?" Na hakuna aliyekuwa na uwezo wa kusema neno lolote kumjibu, wala hakuna aliyethubutu kumhoji zaidi tangu siku hiyo.

Yesu alikuwa akinukuu kutoka Kitabu cha Zaburi (Zaburi):

Zaburi 110:1: Usemi wa Jehovah kwa Bwana wangu ni: "Kaa mkono wangu wa kuume mpaka niweke adui zako kama kiti cha miguu yako."

Kwa kutumia Kitabu cha Zaburi, Yesu aliwaonyesha kwamba kwa kuwa Daudi alimwita Masihi Bwana wake, je, angewezaje kuwa mtoto wa Daudi? Swali hili la muhimu kutoka kwa Yesu lilimaliza mjadala wote kati yake na viongozi wa Kiyahudi.

"Nadhani nini kuhusu Masihi, mtoto wa nani ni yeye?" ilikuwa ni mashtaka ya mwisho aliyoweka mbele ya viongozi wa kidini wa Kiyahudi wakati mzozo wake mrefu wa umma nao ulipofika mwisho. Qur'ani inamtambua Yesu Kristo kama Masihi.

Surah 3:59: "Na kumbuka wakati malaika waliposema: Ee Maryamu! Allah anakupa habari njema ya neno kutoka kwake, jina lake ni Masihi, Yesu, mwana wa Maryamu, mashuhuri duniani na Akhera, na mmoja wa walio karibu (kwa Allah)." (Pickthall)

Vema Waislamu, nadhani nini kuhusu "Masihi, Yesu?" Mtoto wa nani ni yeye? Mashtaka haya yanawekwa mbele ya kila mmoja wenu.

Kukataa Yesu kama Mtoto wa Mungu

1 Yohana 2:22-23: "Ni nani mongo kama siye anayekataa kwamba Yesu ni Kristo? Huyu ndiye mpinga Kristo, anayekataa Baba na Mwana. Kila mtu anayekataa Mwana hana Baba pia. Yeye anayeungama Mwana, anayeungama pia Baba."

Kukubali Yesu kama Mtoto wa Mungu

1 Yohana 4:14-16: "Sisi wenyewe tumemwona na tunashuhudia kwamba Baba alimtuma Mwana wake kama Mwokozi wa ulimwengu. Kila anayeungama kwamba Yesu Kristo ni Mtoto wa Mungu, Mungu anaendelea kuwa na umoja na yeye na yeye pia akiwa na umoja na Mungu. Nasi wenyewe tumekuja kujua na kuamini upendo ambao Mungu anao kwetu."

Neno "Mpinga Kristo" linahusu wote wanaokataa kile Biblia inasema kuhusu Yesu Kristo. Kwa kukataa Utu wa Yesu Kristo, Uislamu umeonyesha roho ya mpinga Kristo. Kama inavyoonekana, Yesu ni tofauti na manabii wote waliotumwa na Mungu. Kwa kweli, yeye ni mkuu na bora kuliko wanadamu wote. Yeye ni zaidi ya nabii. Yesu Kristo ni Mtoto wa Mungu.

1 Yohana 4:9: "Kwa hili, upendo wa Mungu ulidhihirishwa kwetu, kwa sababu Mungu alimtuma Mwana wake pekee katika ulimwengu ili tupate uzima kwa njia yake."

Waislamu fanya uchaguzi wenu kabla haija kuwa kuchelewa. Wokovu wenu wa milele unategemea hilo.

SURAH YA 07

WAISLAMU WENGI HAWAWEZI KUELEKEA MAKKAH WAKATI WA KUSALI

Waislamu duniani kote wanatakiwa kusali wakielekea Makkah. Hii ni mojawapo ya desturi zisizo na mantiki za Uislamu ambazo bado zinatumiwa na Waislamu katika zama hizi za mwanga wa kisayansi. Hebu tuelezee tunachomaanisha na hili. Waislamu wengi hawawezi na hawatoweza kuelekea Makkah hata wanapofuata kwa umakini mwelekeo wa Qiblah (Kiblah) wakati wa sala zao. Neno Qiblah linarejelea mwelekeo wa sala wa Waislamu ambao ni Ka'ba huko Makkah. Makala hii itatoa ushahidi wa kuthibitisha kwa nini Waislamu wengi hawatoweza kufanya hivyo. Amri ya Waislamu kusali wakielekea Makkah inafunuliwa katika vifungu vifuatavyo vya Qur'ani:

Surah 2:50: "Na kutoka mahali popote mtakapozinduka kwa sala, geukeni uso wenu kuelekea Al-Masjid-al-Haram (huko

Makkah), na popote mlipo, geukeni nyuso zenu kuelekea humo mnaposali." (Hilali-Khan)

Surah 2:144: "Tumeona kugeuka uso wako angani (kwa mwongozo, Ee Muhammad). Na sasa hakika Tutakufanya ugeuke (kwa sala) kuelekea Qiblah ambayo ni ya kupendwa kwako. Basi geuza uso wako kuelekea Mahali Paabudiwa Lisilo la Kutengwa, nanyi (Ee Waislamu), popote mtakapokuwa, geukeni nyuso zenu (mnaposali) kuelekea humo." (Pickthall)

Wakati wamesimama wima, Waislamu wa dunia ambao wako mbali zaidi na Makkah hawawezi kuelekea Ka'ba wanaposali. Wakati wamesimama wima, mstari wa mtazamo wa mtu yeyote utakuwa kuelekea angani. Mstari huu wa mtazamo ni tangent kwa dunia, ambayo ni duara. Kwa kuwa Allah aliamini kwa makosa kwamba dunia ni tambarare, alifanya iwe ni lazima kwa kila Muislamu kuelekea Makkah wanaposali:

Surah 20:53: "Yeye Ambaye, alifanya dunia kuwa kama zulia lililonyooshwa." (Yusuf Ali)

Surah 15:19: "Na dunia Tumeyeneza kama zulia." (Yusuf Ali)

Tafsir al-Jalalayn (Surah 15:19):

Na dunia Tumeyeinua, kuieneza tambarare, na kuweka humo milima thabiti, ili isiingie katika mtikisiko chini ya wakazi wake, na kuifanya ikue kila aina ya kitu kilichosawazishwa, [kila aina ya kitu] kilichojulikana na kilichopangwa.

Kwa kuwa Waislamu wengi wa dunia watakuwa wakielekea angani tu wanapofuata mwelekeo wa Qiblah, je, Allah atamwamuru vipi Muislamu "popote" walipo duniani hii yenye umbo la duara kuelekea Makkah? Ukweli ni kwamba ni wale tu wanaoishi karibu na Makkah wanaoweza kuelekea Ka'ba wanaposali.

Kwa Waislamu walioko upande wa pili wa dunia kutoka Makkah, Qiblah yao itakuwa moja kwa moja chini kuelekea ardhini kama wanataka kuelekea Makkah. Kwa mfano, watu walioko kwenye Visiwa vya Solomon katika Bahari ya Pasifiki watabidi wasali kuelekea chini kabisa hadi katikati ya dunia kwa sababu Visiwa vya Solomon viko kando ya dunia hasa upande wa pili kutoka Makkah. Kwa kuzingatia umbo la dunia kama duara, juhudi za Muislamu kuelekea Makkah kutoka sehemu hii ya dunia – kwa njia iliyoamriwa ya Kiislamu – zitakuwa bure kwa sababu atakuwa akielekea angani na si Makkah.

Sasa tuangalie suala hili kutoka kwa mtazamo mwingine. Tuchukue mfano wa Muislamu anayeomba kutoka Visiwa vya Solomon katika Bahari ya Pasifiki ambayo iko upande mwingine wa dunia kutoka Makkah. Kama ilivyosemwa hapo juu, atakuwa akielekea angani na si Makkah anapofuata mwelekeo wa Qiblah. Kwa manufaa ya mwanga, hebu tumpatie Muislamu hii kama msamaha. Hata kama tungekuruhusu mtazamo wake kuungana na umbo la dunia, matokeo bado yatakuwa na madhara kwa Uislamu. Utaweza kushangaa kujua kwamba sasa ataweza kuelekea mwelekeo wowote na bado kuwaelekea Makkah. Hii ni hasa kwa Waislamu wanaoishi upande wa pili wa dunia kutoka Makkah. Wanaweza kusali hata katika mwelekeo kinyume na bado kuelekea Makkah. Hivyo basi, Qiblah itakuwa haina maana kwao. Haamini?

Jaribu jaribio dogo. Chukua mpira au kitu chochote chenye umbo la duara. Chora alama "A" kwenye mpira na alama "B" kwenye upande mwingine wa mpira. Sasa, angalia ni mistari mingapi unaweza kuchora inayounganisha alama "A" na alama "B" kwenye mpira. Matokeo yatakuwa mistari mingi, mingi. Dunia ni mpira. Alama "A" ingekuwa Makkah na alama "B" ni Muislamu anayekaa upande mwingine wa dunia. Muislamu kwenye alama "B" anaweza kutazama mwelekeo wowote na bado kuwaelekea Makkah kwa sababu dunia ni duara. Ikiwa uko upande mwingine wa dunia kutoka Ka'ba huko Makkah, unaweza kusali kwenye mwelekeo wowote. Unaweza kusali uso kwa uso na mtu aliye mbele yako na bado utakuwa unakielekea Makkah.

Kwa mujibu wa Uislamu, itakuwa ni dhihaka kwa Muislamu kusali akiwa na mgongo kuelekea Makkah. Kutoka kwa mtazamo wa dunia tambarare, hili lingeweza kuwa na maana. Lakini ikiwa dunia ni duara, kila Muislamu anaposali akielekea Makkah, atakuwa bila shaka na mgongo wake kuelekea Makkah kwa wakati mmoja. Hii itakuwa hasa kweli ikiwa anaishi upande mwingine wa dunia. Kwa kuwa Waislamu hawaruhusiwi kujibu haja ya asili kwa kuelekea au kugeuza mgongo wao kuelekea Makkah, basi kwa kweli wanawezaje kuepuka kufanya hivyo kwa kuzingatia umbo la dunia?

Sahih Bukhari, Juzuu 1, Kitabu 8, Hadithi Namba 388:

Imepokewa kutoka kwa Abu Aiyub Al-Ansari: Mtume alisema, "Wakati wa kujisaidia, wala usikabili Qibla wala ugeuze mgongo wako kuelekea Qibla, bali angalia upande wa mashariki au magharibi." Abu Aiyub aliongeza, "Tulipofika Sham tulikuta vyoo vinavyoelekea Qibla; hivyo tuligeuza upande wetu wakati wa kutumia vyoo hivyo na tukaliomba msamaha kwa Allah."

Sahih Muslim, Kitabu 002, Namba 0507:

Abu Ayyub aliripoti: Mjumbe wa Allah (rehema na amani ziwe juu yake) alisema: "Kila unapokwenda jangwani, wala usigeuze uso wako wala mgongo wako kuelekea Qibla wakati ukijibu haja ya asili, bali uelekeze uso wako kuelekea mashariki au magharibi."

Hali zilizoelezwa hapa ni dhahiri kabisa na hazihitaji kufikiria sana, lakini Allah anaonekana kuwa na ufahamu mdogo wa ukweli huu rahisi wa kimsingi. Sababu ya hili ni dhahiri. Allah na Muhammad hawakuwa na uelewa wa umbo la dunia. Allah lazima alifikiri kwamba dunia ni tambarare. Vinginevyo, asingeliamuru Waislamu duniani kote kugeuza uso wao kuelekea mwelekeo maalum wakati wa kusali. Imani ya kipofu ya Waislamu inawazuia kukiri na kutambua kosa hili la kisayansi katika Qur'an. Hata hivyo, Muumba wa kweli hana ufahamu mdogo wa umbo la dunia. Miaka mingi kabla Qur'an haijaandika, Biblia Takatifu ilifunua ukweli huu kwa usahihi:

Isaiah 40:22: "Kuna Mmoja ambaye anakaa juu ya mduara wa dunia."

Baada ya kufafanua kwanini Waislamu wengi hawawezi kuelekea Makkah wakati wa kusali, hebu sasa tuangalie kosa jingine kubwa katika Qur'an kuhusu Qibla.

QIBLA YA WAKRISTO?

Mara nyingi tunapata Waislamu wakidai kwa uwongo kwamba Biblia siyo tena Neno halisi la Mungu. Wanasema kwamba Qur'an ilitumwa kuchukua nafasi ya Biblia. Hata hivyo, wakati huo huo wanaitumia Biblia kuthibitisha utume wa Muhammad. Wanasema kwamba ujio wa Muhammad umetabiriwa katika Biblia. Hivyo, Waislamu sasa wanajikuta wakichanganya kati ya madai ya ufisadi na madai ya uhalali wa aya ambazo kwa kudhani zimetabiri ujio wa Muhammad. Hivyo, ili kuunganisha mitazamo hii inayopingana, watetezi wa Kiislamu walikuja na mpango mzuri. Wanasema kwamba sehemu pekee za Biblia zinazokubaliana na Qur'an zinapaswa kukubaliwa kama halali. Na pale ambapo kuna tofauti kati ya Biblia na Qur'an, Biblia inapaswa kukataliwa kwa faida ya Qur'an.

Ingawa tunafurahi kukiri kwamba kuna tofauti kubwa kati ya mafundisho ya Biblia na Qur'an, hatukubaliani na hoja yao kwamba Qur'an inapaswa kuwa na kipaumbele katika maeneo yanayokinzana na Biblia. Tutawaonyesha sasa watetezi hawa wa Kiislamu makosa yao. Tutatumia aya moja ya Qur'an kuonyesha kwa nini ni makosa kwa Qur'an kuwa na kipaumbele juu ya Biblia katika maeneo wanayokinzana. Hebu tuangalie sasa aya ya Qur'an ambayo inaonyesha kuwa vitendo vifuatavyo vinazingatiwa na Wakristo. Tafsiri mbili tofauti zinatolewa hapa chini:

Surah 2:145: "Hata ukileta alama zote kwa watu wa Kitabu, hawatakwenda kwa Qiblah yako; wala hutafuata Qiblah yao; wala kwa hakika hawatafuata Qiblah za kila mmoja wao." (Yusuf Ali)

Watu wa Kitabu hakika hawatakubali au kuheshimu 'Qiblah' yako hata ukileta alama zote. Hutaweza pia kufuata 'Qiblah' yao. Wala hawafuati 'Qiblah' za kila mmoja wao. (Munir Munshey)

Baada ya kusema kwamba "watu wa Kitabu" (Wayahudi na Wakristo) hawatafuata Qiblah ya Waislamu, Qur'an inaenda mbele kusema, "wala hawatafuata Qiblah za kila mmoja wao." Hii ni kweli makosa makubwa katika Qur'an. Wakristo hawakuwa na Qiblah. Hawakuwa na mwelekeo maalum wa kutazama wakati wa kusali. Hivyo, Qur'an inaweza vipi kusema kwamba Wayahudi hawatafuata Qiblah ya Wakristo na kinyume chake? Ni ukweli maarufu wa kihistoria kwamba Wakristo hawakuwa na Qiblah. Hata Waislamu wa kawaida wanajua ukweli huu. Katika Maandiko yote ya Kikristo, hakuna hata kidogo kidokezo cha Qiblah kwa Wakristo. Hii ni makosa dhahiri katika Qur'an. Hivyo, Allah hawezi kuwa chanzo cha ufunuo wa Injili kama Qur'an inavyodai.

Kwa kufuata mafundisho ya kimungu ya Maandiko yao Matakatifu, Wakristo hawatakiwi kusali kuelekea mwelekeo maalum. Katika 2 Wakorintho 4:18, Biblia inaamuru Wakristo waweke "macho yao siyo kwenye mambo yanayoonekana, bali kwenye mambo yasiyoonekana. Kwa maana mambo yanayoonekana ni ya muda, lakini mambo yasiyoonekana ni ya milele." Hivyo, badala ya kuelekeza sala zao kwa heshima kuelekea kitu chochote cha kimwili au mahali, Wakristo wanatufundisha kuelekeza sala zao kwa Muumba wao. Na kwa sababu ya mafundisho haya ya kina katika Biblia, Wakristo hawazuiliwi kutazama mwelekeo fulani wakati wa sala zao. Zaidi ya hayo, asili ya kimungu ya imani ya kweli ya Kikristo inazuia kuhusiana kwa kitu chochote kinachoweza kuonekana kwa kimwili kama kipengele cha kutumika kwa Wakristo kumuabudu Mungu wao. Hii inaweza kuwa ibada ya sanamu.

2 Wakorintho 5:7: "Kwa maana tunatembea kwa imani, si kwa kuona."

Ibada ya Wakristo haitegemei aina yoyote ya sherehe za nje au ibada ya kimwili. Badala yake, ni aina ya juu kabisa ya kujitolea ambayo inatawaliwa na heshima ya kiroho ya ndani ya mtu kwa Muumba wake. Je, utakatifu wa kweli unaweza kupatikana kwa kugeuka mwili upande wa kulia au kushoto tu? Je, siyo geuko la moyo kuelekea Mungu kwa haki ndio linalojali kwa Yeye? Yesu aliweka wazi msimamo wa Kikristo katika Injili ya Yohana:

Yohana 4:19-24: Mwanamke (Msamaria) akamwambia: "Bwana, naona ya kwamba wewe ni nabii. Mababu zetu waliabudu juu ya mlima huu, lakini ninyi mnasema kwamba Yerusalemu ndiko ambako watu wanapaswa kuabudu." Yesu akamwambia: "Nami niambie, mwanamke, saa inakuja, wala hamtajiabudu Baba hapa juu ya mlima huu wala huko Yerusalemu. Ninyi mnaabudu msichokijua; sisi tunaabudu tunachokijua, kwa maana wokovu ulianza kwa Wayahudi. Hata hivyo, saa inakuja, na iko sasa, ambapo waabudu wa kweli wataabudu Baba kwa roho na kweli. Kwa maana Baba anatafuta watu kama hawa wamwabudu. Mungu ni Roho, na wale wanaomwabudu lazima wamwabudu kwa roho na kweli."

Kulingana na mafundisho ya Yesu, ni bure kuelekeza sala zetu kwa vitu vyovyote vya kimwili au maeneo ya heshima, hata ikiwa inahusisha mji kama Yerusalemu. Wakristo hawakufundishwa kamwe kusali wakielekea kwa kitu chochote cha kimwili, mahali au mji. Hivyo, Wakristo hawakuwahi kutakiwa kuangalia mwelekeo maalum wakati wa sala zao. Ikiwa Wakristo wangehitaji kuelekea mwelekeo fulani ili kusali, ingekuwa aibu kwa ukuu wa Mungu wao. Wakristo hawahitaji Qiblah. Yehova, Mungu wanayemwabudu, atakuwa na uwezo wa kusikiliza na kukubaliana na sala za watumishi wake waaminifu kutoka kwa mwelekeo wowote ambapo sala hizo zitakapotolewa kwake. Sio mwelekeo wa sala zetu unaojali kwa Yehova, bali ukweli wa moyo wetu:

Zaburi 145:18: Yehova yu karibu na wote wanaomwita. Kwa wote wanaomwita kwa kweli.

Qur'an ilifanya kosa kubwa wakati ilipozungumzia Qiblah ya Wakristo. Tunawashauri watetezi wa Kiislamu kuleta aya moja kutoka katika Biblia inayozungumzia Qiblah ya Wakristo. Hii ni makosa mawili katika Qur'an. Kwanza kabisa, Qur'an ilifanya kosa dhahiri kwa kusema kwamba Wakristo wanakielekea mwelekeo maalum wakati wa kusali. Pili, Qur'an ilikosa kuelewa kwamba ni kinyume cha maadili na kiadili kwa Mkristo kuelekea kitu cha kimwili wakati wa kusali kama Waislamu wanavyofanya. Hii ni kwa sababu inaweza kuwa ibada ya sanamu. Kitendo hiki hakikubaliani na mafundisho ya kiroho yaliyoelekezwa na Biblia Takatifu.

Tangu mwanzo, Mungu Yehova aliwaonya Waisraeli dhidi ya kuanguka kwenye mtego wa aina hii ya ibada ya sanamu. Ni ya kijanja kwa sababu wale wanaoshiriki katika aina hii ya ibada wataikana—kama vile Waislamu wanavyofanya leo—kwamba kwa kweli wanatoa ibada kwa kitu cha heshima. Waislamu hawawezi kuona kama kitendo cha ibada ya sanamu. Waislamu wanadai kwamba ingawa wanamsali wakielekea kwa kitu hicho cha heshima, mawazo yao na sala zao kwa kweli zinatolewa kwa Allah. Hivyo, kitu cha heshima hakina athari yoyote katika ibada yao kwa Allah. Ikiwa madai haya ni ya kweli, basi hakuna sababu yoyote ya kuelekea kwa kitu hicho cha heshima kwa sababu kinadhaniwa hakina athari yoyote katika ibada yao kwa Allah. Kwa maneno mengine, madhumuni yao ya kuelekea kwa kitu hicho cha heshima kwa kweli ni bure. Hata hivyo, hoja hii haibadilishi ukweli kwamba kusali kuelekea kwa kitu ni kwa hakika ibada ya sanamu. Hebu fikiria sasa hali inayofanana.

Hoja ya Waislamu ni kwamba wakati wanaposali wakielekea kwa kitu cha heshima, mawazo yao na sala zao kwa kweli zinatolewa kwa Allah. Hivyo, wanaeleza kwamba si kitendo cha ibada ya sanamu. Hoja ya Waislamu inaweza kulinganishwa na ya mwanaume anayehalalisha vitendo vyake vya uzinzi kwa kudai kwamba alikuwa anawazia mke wake tu wakati anafanya kitendo hicho cha dhambi. Je, mantiki yake inamwondolea hatia kutokana na kitendo cha dhambi? Uzinzi ni uzinzi, haijalishi unawazia wapi wakati wa kitendo hicho cha dhambi. Na ibada ya sanamu ni ibada ya sanamu, haijalishi unawazia wapi wakati unafanya kitendo cha ibada ya sanamu.

Dai lingine linalotolewa na Waislamu ni kwamba madhumuni ya Qiblah ni kukuza umoja. Inasemekana kwamba ulimwengu mzima wa Kiislamu umeunganishwa na sharti la kuelekea kwenye sehemu moja wakati wa sala. Hata hivyo, kinyume na madai ya Waislamu, umoja haupatikani kwa kuelekea mwelekeo mmoja bali kwa upendo. Ukweli kwamba Waislamu wanajiua na kuchinjana – wakiwa wanakielekea Qiblah moja – ni ushahidi wa ukweli huu. Waislamu wa Sunni na Shia wanashiriki Qiblah moja. Kwa hiyo, kwa nini wanachinjana? Mgawanyiko wa Kiislamu ni mkubwa zaidi kuliko vile Waislamu wengi wanavyokubali.

Basi, kwa nini Waislamu wanapewa amri katika Qur'an kuelekea kwa kitu hicho cha heshima wanapokuwa wanamwendea Allah kwa sala? Kwa nini ni lazima wafanye hivyo? Kinyume na dai la Waislamu, kitu hicho cha heshima ni muhimu katika aina yao ya ibada. Ni sehemu muhimu katika huduma yao takatifu kwa Allah. Hivyo, ni kitendo cha ibada ya sanamu lisilopingika.

Na hatupaswi kupuuza ukweli kwamba wakati wa Hajj, Waislamu kwa kweli hugusa na kubusu Jiwe Jeusi kwa heshima – kielekezo cha mwelekeo wa sala zao. Kwamba Jiwe Jeusi kwa kweli ni kielekezo cha sala zao kinaonekana wazi kwa ukweli kwamba ibada nzima ya Hajj inazingatia sanamu hii yenye umbo la Jiwe Jeusi. Na Waislamu wanapenda kubusu Jiwe Jeusi kwa heshima mioyoni mwao.

Hii ni kwa hakika ibada ya sanamu haijalishi visingizio vinavyotolewa na Waislamu. Heshima yoyote inayotolewa kwa kitu ni ibada ya sanamu. Kwa nini kubusu jiwe ikiwa mawazo yako yako kwa Allah?

Karne nyingi kabla ya kuja kwa Uislamu, Mungu Yehova aliwaonya watu wa Israeli kuepuka mtego huu mwepesi wa Shetani. Mtego ambao Uislamu, karne nyingi baadaye, ulishindwa kuepuka. Soma onyo la Yehova:

Mambo ya Walawi 26:1: "Msijifanyie sanamu zisizo na maana. Hamtakiwi kujenga sanamu za kuchongwa wala nguzo takatifu na hamtakiwi kuweka jiwe kama ishara ya heshima katika nchi yenu na kupiga magoti mbele yake. Mimi ni Yehova Mungu wenu."

Mungu Yehova aliwaambia Waisraeli wasijainamishe mbele ya sanamu yoyote. Na hiyo inajumuisha sanamu zilizo na umbo la jiwe:

Kutoka 20:4-5: "Usijifanyie sanamu ya kuchongwa wala mfano wa kitu chochote kilichoko mbinguni juu au kilichoko duniani chini au kilichoko majini chini ya dunia. Haugusi wala hutakiwi kumtumikia, kwa maana mimi Yehova Mungu wako ni Mungu anayehitaji ibada ya kipekee."

1 Wakorintho 10:14: "Basi, wapendwa wangu, kimbieni kutoka kwa ibada ya sanamu."

Hakukuwahi na hakutakuwa na Qiblah kwa Wakristo. Wakristo wanaweza kumwomba Mungu wao popote, kutoka mwelekeo wowote, katika nafasi yoyote inayoheshimika, wakati wowote wa mchana au usiku na bado kuwa na uhakika kwamba Mungu wao wapendwa atawasikiliza. Kudai kwamba lazima umwangalie mwelekeo maalum au kitu fulani ili kumwomba Mungu ni kashfa kwa Uweza Wake mkuu.

Basi, sasa kuna mfarakano kati ya mafundisho ya Biblia na mafundisho ya Qur'an. Hivyo, Wakristo wanapaswa kufanya nini sasa? Je, wanapaswa kusikiliza mapendekezo ya wanazuoni wa Kiislamu na kuacha mafundisho ya kina ya Biblia Takatifu? Je, wanapaswa, kwa kufuata mfano wa Waislamu, kuanza kutafuta jiwe takatifu la kipagani ambalo wataangalia wanaposali? Je, haitakuwa busara kwao kufuata mafundisho ya kimungu ya Biblia na kumwabudu Mungu wao kwa roho na kweli? Wakati tuko kwenye mada hii, tungependa wanazuoni hawa wa Kiislamu kutufundisha maswali yafuatayo:

Tangu lini Wakristo walikuwa na Qiblah? Qiblah ya Wakristo ni nini? Wakristo wanapaswa kuangalia wapi wanaposali? Ikiwa Allah kweli ndiye aliyewahamasisha maandiko ya Injili kama inavyosema Qur'an, kwa nini hakujua kwamba hakuna Qiblah katika Ukristo? Ni masomo gani muhimu Waislamu wa kweli wanaweza kujifunza kutokana na makala hii? Qur'an haipaswi kamwe kupingana na mafundisho ya Biblia Takatifu. Kama inavyojulikana na aya hii ya Qur'an, Qur'an haipaswi kamwe kuathiri Kitabu kinachojiathiri:

Surah 10:94: Basi ikiwa unashaka, (Ewe Muhammad), kuhusu kile tulichokuonyesha, basi waulize wale waliokuwa wanayasoma Maandiko kabla yako. (Sahih International)

Na Allah anawahadharisha wanazuoni wa Kiislamu:

Surah 29:46: Na msiwakiweke kwa mizozo watu wa Maandiko (Wayahudi na Wakristo). (Hilali-Khan)

Kwa hiyo, tunaona wazi kwamba mapendekezo ya wanazuoni wa Kiislamu ya kukataa mafundisho ya Biblia yanayopingana na Qur'an si tu hayana msingi bali pia yanaweza kusababisha aibu kwa Waislamu. Wakristo wa kweli wanaamini na kukubali Biblia yote kama "Neno la Mungu" la kweli.

1 Wathesalonike 2:13: "Na sisi pia tunamshukuru Mungu daima kwa sababu, mlipokuwa mpokeaji wa neno la ujumbe wa Mungu, mlilisikia kutoka kwetu, mlilikubali si kama neno la wanadamu, bali kama ilivyo kweli, Neno la Mungu."

Na itakuwa busara sana kwa Waislamu kufanya hivyo. Tunapenda kumaliza makala hii kwa kuuliza maswali yafuatayo ya kutia moyo mawazo:

Kwa nini sala za Waislamu lazima ziendelee kuelekezwa kwa ibada ya kipagani ya kabla ya Uislamu ili kufikia masikio ya Allah? Kwa kuwa Jiwe Jeusililiheshimiwa na wapagani katika siku za kabla ya Uislamu, kwa nini Waislamu kote duniani wanapewa amri ya kutazama lile jiwe la kipagani wakati wowote wanaposali? Ikiwa mnasema hiyo ni ili kuunganisha Waislamu, kwa nini kuna madhehebu mia kadhaa ya Kiislamu? Kwa nini madhehebu haya ya Kiislamu, ambao wanaposali wakiwa na umoja kuelekea mwelekeo mmoja, bado wanapigana na kuua kwa kila mmoja, hata ndani ya dhehebu moja? Sunni na Shia wanatizama mwelekeo mmoja wanaposali, kwa nini basi hawakuunganishwi? Tunatumaini makala hii itawasisimua Waislamu wa kweli kutafuta Ukweli kuhusu Mungu wa kweli.

SURAH YA 08

JANGA LILILO TOKEA MEKKAH – KIALAMU CHA KUWAAMSHA WAISLAMU

Mfululizo wa majanga ulitikisa Hija ya hivi karibuni. Zaidi ya maelfu ya waumini walipoteza maisha yao katika tukio hili takatifu zaidi katika Uislamu. Kwa huzuni, Waislamu wanafundishwa kukubali kila janga kama mapenzi yaliyokubaliwa na Allah. Ni muhimu kwa Waislamu kufikiria kwa kina kuhusu chanzo cha matatizo yanayoathiri utekelezaji wa Hija yao. Lakini Waislamu wanapaswa kuchanganua suala hili kwa mtazamo wa kiroho.

Lengo la makala hii ni kuwasaidia Waislamu kuepuka kuwa wahanga wa janga kubwa zaidi kuhusu imani yao. Ingawa huenda mwanzoni mwa makala hii ukaona haihusiani na janga la hivi karibuni lililotokea Mekka, itakuwa wazi kabisa wakati utakapomaliza kusoma. Kujitolea kwako kusoma makala hii huenda kukawa moja ya mambo muhimu zaidi katika maisha yako. Makala hii inaweza kukuokoa kutokana na janga kubwa zaidi kuliko lile lililotokea Mekka. Janga ambalo wewe na kila Muislamu atakutana nalo mwishowe.

Waislamu wana imani kubwa kwamba Muhammad alikuwa mzao wa Ismaili. Hata hivyo, inaweza kuwashangaza kujua kwamba dai hili linapingana na Qur'an. Hakuna mahali popote katika Qur'an linasema kwamba Ismaili alikuwa baba wa Waarabu. Qur'an pia hailiambii kwamba Ismaili alikuwa baba wa Muhammad. Ushahidi wa Qur'an unapingana na uhusiano wowote wa kizazi kati ya Ismaili na mababu wa Muhammad. Fikiria sasa ushahidi kutoka kwa vyanzo vya Kiislamu kwa makini.

Qur'an inasema mara kwa mara kwamba mababu wa Muhammad hawakupokea vitabu vya Allah kabla ya wakati wa Muhammad:

Surah 6:157: Au msije mkasema: Ikiwa hati zingekuwekwa kwetu, bila shaka tungeli kuwa tumeongozwa vizuri kuliko wao. Sasa amekuja kwenu uthibitisho wazi kutoka kwa Mola wenu, mwongozo na rehema. (Pickthall)

Surah 11:49: Hadithi hii ni ya mambo ya Siri ambayo Tunakufunulia. Wala wewe wala watu wako hawakuyajua kabla ya haya. Basi vumilia. Hakika, ni wale wanaomcha Mungu ndio wanaoshinda mwishowe. (Tahir-ul-Qadri)

Surah 34:44: Na hatukuwapa wao (Waarabu) Vitabu (Vitakatifu) ambavyo wangevisoma, wala hatukuwatuma kwao kabla yako Mtume. (H. S. Aziz)

Surah 62:2: Ndiye ambaye ametuma Mtume kati ya wale ambao hawakupokea Kitabu kabla – ili kuwafikishia Sifa Zake. (Shabbir Ahmed)

Na Qur'an pia inashuhudia wazi kwamba hakuna Manabii wala Mitume waliotumwa kwa Waarabu kabla ya wakati wa Muhammad:

Surah 28:46-47: Wala haukuwa huko mlima Sinai wakati tuliita Musa. Lakini pia wewe umetumwa kama neema kutoka kwa Mola wako, kutoa onyo kwa watu ambao hakuna monyaji aliyeja kabla yako, ili waweze kuchukua tahadhari na wasiseme, ikiwa janga lingewapata kutokana na yale waliyoyafanya kwa mikono yao wenyewe, 'Mola, kama ungevituamuru tumetumwa mtume, tungelifuata ujumbe wako na kuwa waumini.' (Abdel Haleem)

Surah 32:3: Au wanasema, "Amelivumbua?" La! Ni ukweli kutoka kwa Mola wako ili uonyeshe watu ambao hakuna monyaji aliyeja kabla yako, ili waweze kufuata mwelekeo sahihi. (H. S. Aziz)

Surah 34:44: Na hatukuwapa wao (Waarabu) vitabu (vitakatifu) ambavyo wangevisoma, wala hatukuwatuma kwao kabla yako monyaji. (H. S. Aziz)

Surah 36:2-6: Naapa kwa Qur'an, mlinzi wa sheria zote, Kwamba wewe hakika ni mmoja wa waliotumwa kwenye njia iliyo sawa, Ufunuo kutoka kwa Mungu mkuu, mwenye huruma daima, Ili uwakumbushe watu ambao mababu zao hawakuwa wameonywa, kwa hiyo ni wavivu. (H. S. Aziz)

Hata hivyo, Qur'an inasema wazi kwamba Ismaili alipewa Vitabu vya Allah:

Surah 6:86-89: Na Ismaili na Elisha na Yona na Lutu... Hawa ndio tuliowapa Kitabu na amri na utume. (Pickthall)

Surah 4:163: Tumewatumiwa ufunuo kwenu kama tulivyowatumiwa ufunuo kwa Nuhu na manabii waliokuja baada yake; na tumewatumiwa ufunuo kwa Ibrahimu na Ismaili na Isaka na Yakobo, na vizazi vyao, na kwa Yesu na

Ayubu, na kwa Yona na Haruni na Sulemani, na kwa Dawudi tumempa Kitabu cha Zaburi. (Ahmed Ali)

Na Qur'an pia inasema kwamba Ismaili alikuwa Nabii wa Allah:

Surah 19:54: Na kumbuka Ismaili katika Kitabu. Hakika, alikuwa mkweli katika ahadi yake, na alikuwa Mtume, Nabii. (Laleh Bakhtiar)

Tutafanyaje kulinganisha aya za Qur'an ambazo zinasema kwamba hakuna Vitabu vilivyotolewa kwa mababu wa Waarabu wa Muhammad na madai katika Qur'an kwamba Nabii Ismaili alipewa Vitabu? Hii inawezekana tu ikiwa Nabii Ismaili hakuwa baba wa Muhammad. Na tutalirekebishaje suala hili kati ya aya za Qur'an ambazo zinasema kwamba hakuna Manabii waliotumwa kwa mababu wa Waarabu wa Muhammad na madai katika Qur'an kwamba Ismaili alikuwa Nabii? Tena, hii inawezekana tu ikiwa Nabii Ismaili hakuwa baba wa Muhammad. Ikiwa mababu wa Muhammad kweli walikuwa watoto wa Nabii Ismaili, basi ingekuwa kosa kwa Qur'an kusema kwa kificho kwamba hakuna Manabii waliotumwa kwa mababu wa Muhammad ambao walikuwa Waarabu. Katika Biblia, Nabii Ibrahimu anajulikana wazi kama Mwebrania:

Mwanzo 14:13: Baada ya hayo, mtu mmoja aliyeokoka akaja na kumwambia Abram Mwebrania.

Ibrahimu alijulikana kama Abram hadi Mungu alivyobadilisha jina lake kuwa Ibrahimu. (Mwanzo 17:5) Kwa kuwa Ismaili alikuwa mtoto wa kwanza wa Ibrahimu, hawezi kuwa mtu mwingine isipokuwa Mwebrania kama baba yake. Muhammad lazima awe Mwebrania ili Waislamu wadai kuwa yeye ni mzao wa Ismaili. Waislamu wanaopinga ukweli huu watakuwa wakithibitisha kuwa Qur'an ni potofu.

Qur'an inawaita Waarabu "Waarabu wanaotangatanga" (Surah 33:20) ikionyesha mtindo wao wa maisha ya uhamaji. Na Qur'an inawatambua kwa jina la "Quraish" (Surah 106:1). Lakini Waarabu hawakutambulika kamwe, hata mara moja, kama "Wana wa Ismaili" au kama "Wana wa Ibrahimu." Kwa hakika, ni mtindo wa Qur'an kuonyesha uhusiano wa ukoo, ikiwa kweli kuna mmoja. Utaona jinsi mara nyingi neno "Wana wa Israeli" (Kiarabu: Bani Israel) linavyotumika katika Qur'an. Hata hivyo, hakuna "Bani Ismail" katika Qur'an inayorejelea Waarabu. Hii ni tafakari muhimu ambayo Waislamu hawapaswi kuikosa kuzingatia.

Qur'an pia inasema kwamba Nabii Ibrahimu na Nabii Ismail walijenga Nyumba takatifu ya Allah:

Surah 2:127: Wakati Ibrahimu na Ismail walipojenga misingi ya Nyumba walimuomba, 'Mola wetu, kukubali kutoka kwetu hili. Wewe ni Mwenye kusikia na Mwenye kujua yote.' (Abdel Haleem)

Ni muhimu kutambua kuwa aya asili ya Kiarabu katika Qur'an haisemi mahali halisi pa "Nyumba" ambayo Nabii Ibrahimu na Nabii Ismail wanadaiwa kujenga. Watafsiri wa kisasa huongeza neno "Makka" au "Ka'ba" kwenye mabano kudai kwamba ilijengwa Makka. Hata hivyo, maneno haya hayapo katika Kiarabu cha asili. Hata kama Waislamu wangesisitiza kwamba "Nyumba" ambayo ilijengwa na Nabii Ibrahimu na Nabii Ismail iko Makka, basi dhana hii inazidisha kosa la Qur'an. Jinsi gani Nabii Ibrahimu na Nabii Ismail wangeweza kujenga "Nyumba" Makka wakati Qur'an inakiri wazi kwamba hakuna Manabii waliotumwa kwa Waarabu kabla ya wakati wa Muhammad? Kwa ajabu, msimamo wa

Kikristo kwamba Ibrahimu na Ismaili hawawezi kuwa wameweka mguu wao Makka unasaidiwa na kwa wakati mmoja unakanushwa katika Qur'an. Hivyo, Qur'an ni potofu angalau kwa mfano mmoja. Neno la Mungu haliwezi kuwa sahihi sehemu tu. Lazima liwe sahihi kabisa au si sahihi kabisa.

Lakini shida kwa Uislamu haimaliziki hapa. Kwa kuwa aya nyingi za Qur'an zinashuhudia ukweli kwamba Nabii Ibrahimu na Nabii Ismail hawakutumwa Arabia, basi hii inamaanisha kuwa hawawezi kuwa walijenga Ka'ba. Kukiri kwa Qur'an kwamba hakuna Manabii wa Mungu wa kweli waliotumwa kwa Waarabu inathibitisha kuwa Ka'ba haiwezi kuwa ilijengwa na wafuasi wa Mungu wa kweli. Hivyo, ni Waarabu wa kienyeji wa kipagani tu walioweza kuweka misingi ya Ka'ba. Kwamba Ka'ba ilikuwa ni patakatifu la kipagani kabla ya kuja kwa Uislamu inatambuliwa katika vyanzo vingi vya Uislamu wenyewe.

Sahih Bukhari, Juzuu 3, Kitabu 43, Nambari 658:

Imesimuliwa na 'Abdullah bin Masud: Mtume aliingia Makka na (wakati huo) kulikuwa na miungu mia tatu na sitini (360) kuzunguka Ka'ba. Aliendelea kuipiga miungu kwa fimbo aliyo nayo mkononi na kusema: "Haki (Uislamu) imekuja na Uongo (kufuru) umeondoka."

Wakati Muhammad alipoiteka Makka, aliharibu miungu yote ya Ka'ba isipokuwa sanamu kuu – Jiwe Jeusi. Ka'ba ambayo inajulikana kama "Baitullah" kwa Kiarabu inamaanisha "Nyumba ya Allah." Waislamu watakuwa na faida ikiwa watajiuliza maswali yafuatayo ya kuwaza:

Jinsi gani Nyumba ya Allah ikageuka kuwa Hekalu la Kipagani lenye miungu 360? Vipi Nyumba ya Mungu inaweza kuwa Hekalu la Miungu ya Kipagani? Ni lini haswa mabadiliko haya yalitokea? Jinsi gani sehemu takatifu zaidi kwa Ibada ya Allah ikawa mahali pa Ibada ya Miungu? Ni vipi mabadiliko haya yanaweza kutokea? Kwa nini Allah alikuwa na udhaifu kuzuia kubadilishwa kwa patakatifu lake hapa duniani? Ni sababu gani ya kithadhika kwa Allah kuruhusu Nyumba yake ya awali ya Ibada kuwa Hekalu la Miungu ya Kipagani? Profesa mstaafu Dr. Taha Husayn, mtaalamu maarufu wa fasihi ya Kiarabu nchini Misri, alikubali kwamba taarifa iliyorekodiwa katika Qur'an inayohusiana na ujenzi wa Ka'ba kwa mikono ya Ibrahimu na Ismaili haijathibitishwa kihistoria. Alisema yafuatayo:

"Kasoro ya tukio hili ni wazi sana kwa sababu ni ya hivi karibuni na ilikubalika kabla ya kuanzishwa kwa Uislamu. Uislamu ulilitumia kwa sababu za kidini" (Kununuliwa kutoka Mizan al-Islam na Anwar al-Jundi, ukurasa 170).

JIWE JEUSI LA KIPAGANI

Kama tulivyosema, Muhammad aliharibu miungu mingine yote alipoiteka Makka lakini aliiacha sanamu kuu ya Ka'ba isiguswe. Kwa nini? Ilikuwa ni kutokana na heshima yake kubwa aliyo nayo, ambayo ilichochewa na miaka ya kujiweka chini kwa ibada ya kipagani ya kuabudu mawe. Aliacha Jiwe Jeusi salama ili kuwakilisha Uislamu lakini pia alikuwa na uhusiano wa kihisia nalo.

Sahih Bukhari, Juzuu 2, Kitabu 26, Nambari 675:

Imesimuliwa na Zaid bin Aslam: Kutoka kwa baba yake ambaye alisema: "Umar bin Al-Khattab alielekea kwenye Pembe (Jiwe Jeusi) akisema, 'Kwa Allah! Najua kuwa wewe ni jiwe na huwezi kutoa faida wala madhara. Kama nisingeona

Mtume akikugusa na kukubusu, ningekupitia na kukubusu kamwe.' Kisha akalikubusu."

Hivyo basi, sababu kuu ya kubusu Jiwe Jeusi katika Uislamu ni kwamba Muhammad alifanya hivyo. Jiwe Jeusi ambalo lilikuwa takatifu kwa wapagani lilikuwa takatifu kwa Waislamu. Na leo Waislamu wanaheshimu jiwe hilo. Busu ambalo waumini Waislamu wa Hajj wanatoa kwa Jiwe Jeusi ni mabaki ya desturi ya zamani ya kipagani, ambayo ilikuwa maarufu katika Arabia ya kale. Jiwe Jeusi ambalo liliheshimiwa na wapagani wa Kiarabu lilikuwa kitovu cha hija ya Waislamu. Jiwe Jeusi ambalo lilikuwa kipengele cha ibada kwa karne nyingi kabla ya wakati wa Muhammad lilikuwa patakatifu kuu la Uislamu. Leo Waislamu hugusa na kubusu Jiwe Jeusi wakati wa Hajj.

Katika kitabu chake, "Maisha ya Muhammad," mwandishi wa Kiembu, Muhammad Husayn Haykal, ambaye anategemea sana kazi za kisomi za Ibn Hisham, alikiri ukweli ufuatao:

Kwa kweli, Waarabu walikiheshimu sana mawe haya hivi kwamba sio tu walikuwa wakikiabudu Jiwe Jeusi lililokuwa ndani ya Ka'ba, bali pia wangechukua moja ya mawe ya Ka'ba kama kitu kitakatifu katika safari zao, wakikiomba na kuomba kiwabariki kila hatua waliyoichukua. (p. 30)

Hii ni kukiri nyingine kutoka kwa wasomi wa Kiislamu kwamba Jiwe Jeusi liliheshimiwa na wapagani kabla ya kuja kwa Uislamu. Ukweli kwamba ibada nyingi zinazofanyika wakati wa Hajj zinahusiana na ibada za kipagani inaonyesha kuwa Uislamu ulianzishwa katika ibada ya sanamu. Desturi hizi zinaendana na desturi za kipagani za kabla ya Uislamu zinazohusiana na Ka'ba. Mungu wa Ibrahimu, Isaka na Yakobo hangewatumia wafuasi wake kutenda ibada ya sanamu kwa kuwapeleka kwenye Jiwe Jeusi. Ikiwa Mungu anakataza hata kuinamia mbele ya jua tukufu ambalo yeye mwenyewe aliumba, je, unadhani atawaamuru wafuasi wake kuinamia mbele ya Jiwe Jeusi lililozeeka? Wakati Wakristo wanaona hili kuwa ni ibada ya sanamu, Uislamu umejifunga macho kwa uchafu huu. Biblia Takatifu inasema wazi:

Kumbukumbu la Torati 4:19: "Hamuinui macho yenu angani, na kuona jua, mwezi na nyota, jeshi lote la mbinguni, na kuanguka mbele yao na kuwahudumia."

Ingawa Waislamu wanakataa kwamba Jiwe Jeusi ni sanamu na kudai kwamba sala zao zinaelekezwa kwa Allah pekee, kwa vitendo, Jiwe Jeusi linaheshimiwa kwa namna ile ile ambayo wapagani wanawaonyesha sanamu zao. Kukataa kwa Uislamu ibada yake ya sanamu kwa Jiwe Jeusi kunaweza kulinganishwa na mtu anayedai kuwa hana hatia kwa tendo lake la uzinzi kwa kusema kuwa alikuwa anawaza tu kuhusu mke wake wakati anatekeleza tendo hilo la kimwili. Uhalali wa kumheshimu jiwe lililozeeka – hasa kwa kiwango cha kuinamia na kulikubusu – unaweza tu kuhusishwa na ibada ya sanamu ya kipagani ya zamani kuliko na roho ya kweli ya ibada ya Mungu mmoja.

Zaidi ya hayo, Muhammad alifundisha kwamba Jiwe Jeusi litaashiria kwa faida katika "Siku ya Hukumu" kwa wale walioliguswa au kulikubusu. Uislamu pia unafundisha kwamba dhambi za wale wanaoliguswa au kulikubusu Jiwe Jeusi zitafutwa katika Siku ya Hukumu.

Imesimuliwa na al-Tirmidhi, 961; Ibn Maajah, 2944:

Imesimuliwa kwamba Ibn 'Abbaas alisema: Mtume wa Allah (amani iwe juu yake) alisema kuhusu Jiwe: "Kwa Allah, Allah litamtoa kwenye Siku ya Kufufuka, na litakuwa na macho mawili kwa ambayo litayaona na ulimi kwa ambao litazungumza, na litaashiria kwa wale walioliguswa kwa unyofu."

Imesimuliwa na al-Tirmidhi, 959:

Mtume wa Allah (amani iwe juu yake) alisema:

"Kugusa yote mawili (Jiwe Jeusi na al-Rukn al-Yamani) ni kifidia kwa dhambi."

Imesimuliwa na al-Tirmidhi, 877; Ahmad, 2792:

Mtume wa Allah (amani iwe juu yake) alisema:

"Alipoletwa Jiwe Jeusi kutoka Peponi, kilikuwa cheupe kuliko maziwa, lakini dhambi za watoto wa Adamu zilifanya kuwa jeusi."

Hivyo, ni udanganyifu kwa Waislamu kusema kwamba Jiwe Jeusi ni kitovu tu cha kuelekeza sala zao kwa ajili ya umoja. Kwa kweli, inamaanisha zaidi kuliko wanavyotaka kukubali Waislamu. Je, si ibada ya sanamu kuamini kwamba dhambi zinaweza kusamehewa kwa kugusa na kubusu jiwe tu? Wakati Waislamu wanakataa kwa nguvu thamani ya fidia ya sadaka ya ukombozi ya Yesu Kristo, bado Waislamu hawa hawa wanajiandaa kuamini kwamba jiwe lililozeeka linaweza kufikia lengo ambalo wanakataa Yesu angeweza kutimiza.

Waislamu wote wanatakiwa kuinama kuelekea Jiwe Jeusi kila siku, wakati wowote wanaposali. Wanazuia kugeuka kuelekea kitu kingine chochote au mwelekeo mwingine. Kwa Waislamu kugeuka kuelekea mwelekeo mwingine itakuwa ni ukiukaji wa amri ya Allah. Amri ya Allah inasema wazi:

Surah 2:144: "Basi geuza uso wako kuelekea Msikiti Mtakatifu: Popote mlipo, geuzeni nyuso zenu kuelekea huko."

Hivyo, kulingana na mafundisho ya Qur'an, Waislamu hawawezi kusali kwa Allah bila kuelekea Jiwe Jeusi. Wakati Muislamu anapofanya Hajj, au anakimbia kati ya milima, au anabusu Jiwe Jeusi, anatekeleza ibada za wapagani – ibada ambazo zimetokea kutokana na imani za kipagani. Na Muhammad alikubali na kuingiza hizi ibada za kipagani katika Uislamu. Hivyo, sumu inabaki kuwa ile ile, majina tu yamebadilishwa kwa udanganyifu na Allah na Muhammad. Kwa hivyo, ibada ya sanamu ikawa sehemu ya muhimu ya Uislamu. Fikiria sasa ushahidi mwingine wa ziada:

Sahih Bukhari, Juzuu ya 6, Kitabu cha 60, Hadithi Namba 23:

Imesimuliwa na 'Asim bin Sulaiman: Nilimuuliza Anas bin Malik kuhusu Safa na Marwa (yaani milima miwili huko Makkah). Anas alijibu, "Tulikuwa tukiziita (yaani kutembelea) kama desturi ya kipindi cha Kipagani kabla ya Uislamu, hivyo wakati Uislamu ulipokuja, tuliacha kutembelea milima hiyo. Kisha Allah alifunua, 'Hakika, Safa na Marwa (yaani milima miwili huko Makkah) ni miongoni mwa Ishara za Allah. Kwa hiyo si dhambi kwa wale wanaofanya Hajj kwa Nyumba ya Allah au wanaofanya Umra kutembea (Tawaf) kati yao.'" (Surah 2:158) [Mwisho wa Nukuu]

Surah 2:158: "Lo! (milima) As-Safa na Al-Marwah ni miongoni mwa ishara za Allah. Basi si dhambi kwa yule anayeenda kwenye hijja ya Nyumba (ya Allah) au anayekitembelea, kutembea kati yao (kama ilivyo desturi ya kipagani)." (Pickthall)

Jinsi gani milima hii miwili ambayo ilikuwa takatifu kwa wapagani, ghafla ikawa "Ishara za Allah" baada ya ushindi wa Waislamu juu ya Makkah? Zaidi ya hayo, ni vipi kwamba ibada ile ile ya kipagani ya kukimbia kati ya milima hiyo miwili inahifadhiwa pia katika Uislamu? Uislamu ni dini pekee ambapo baada ya kubusu jiwe, waumini wake wanachukua mawe kumtupa mawe jiwe linalowakilisha Shetani.

Kuna mfanano mwingi sana kati ya Uislamu na ibada ya kipagani ambao Waislamu wa kweli hawawezi kupuuza. Yehova, Mungu wa Ibrahimu, Isaka na Yakobo, kamwe hangekubali kuingiza desturi za kipagani za mataifa katika mpangilio wake wa kimungu wa ibada safi. Kamwe asingekubali desturi za kipagani za mataifa kuwa sehemu muhimu ya huduma takatifu za waabudu wake:

2 Wakorintho 6:14-17: "Msifungwe nira zisizo sawa na wasioamini. Kwa maana haki na uovu vina ushirika gani? Au mwangaza na giza vina ushirika gani? Zaidi ya hayo, Kristo na Beliali wana ushirika gani? Au mtu mwaminifu ana sehemu gani na mkaidi? Na hekalu la Mungu lina makubaliano gani na sanamu? Kwa maana sisi ni hekalu la Mungu aliye hai. Kama vile Mungu alisema: 'Nitakaa kati yao na kutembea kati yao, nami nitakuwa Mungu wao, na wao watakuwa watu wangu.' 'Basi tokeni kati yao na kujitenga. Acheni kugusa kitu kilicho najisi, nami nitawachukua,' asema Yehova."

Karne nyingi kabla ya kuja kwa Uislamu, Mungu Yehova alionya kwa upendo Waisraeli kuhusu mtego wa shetani ambao Uislamu ulishindwa kuuona. Kuhusu mtego huu wa shetani, Biblia takatifu ilionya vikali kizazi cha Ibrahimu kuepuka mazoea mabaya ya ibada ya sanamu katika aina zake mbalimbali:

Mambo ya Walawi 26:1: "Msijifanyie sanamu zisizo na maana. Hamtakiwi kujijengea sanamu za mawe wala nguzo takatifu, wala hamtakiwi kuweka jiwe kama kitu cha kuabudiwa katika nchi yenu ili kulisujudia. Mimi ni Yehova, Mungu wenu."

Je, onyo lolote linaweza kuwa wazi zaidi ya hili? Ama ni halali kuinama kuelekea jiwe au si halali. Hakuna jambo la kweli kwa wote wawili. Hili ni jambo kubwa sana kwa sababu linadhihirisha kwamba ama Allah au Yehova ndiye Mungu wa kweli. Sio wote wawili! Ukombozi wa milele wa kila Muislamu mmoja unategemea mikononi mwa mmoja tu wao.

Fikiria kwa makini! Je, Mungu wa kweli atawahimiza waabudu wake kuendelea katika dhambi hiyo hiyo ya ibada ya sanamu ya wapagani? Kuepuka ibada za kipagani za Hajj ni hatua muhimu ya kwanza kuelekea katika mwelekeo wa ibada ya kweli. Kuchukua hatua hii ya uamuzi hakika kutakuokoa kutoka kwa maafa ya Hajj – kimwili na kiroho. Hata hivyo, kuacha uongo ni sehemu tu ya suluhisho. Kwa kupona kikamilifu, uongo unapaswa kubadilishwa na ibada ya kweli. Ndio maana ni muhimu si tu kuepuka ibada ya sanamu:

1 Wakorintho 6:9-11: "Hamjui kwamba watu wasio haki hawatathamanisha Ufalme wa Mungu? Msidanganywe. Watu walio na maadili mabaya, waabudu sanamu, wazinzi, wanaume wanaojiweka kwa matendo ya ushoga, wanaume wanaofanya ushoga, wezi, watu wachoyo, walevi, waongeaji matusi, na wanyang'anyi hawatairithi Ufalme wa Mungu."

Bali pia kutafuta kwa dhati Mungu wa kweli:

Isaya 55:6: "Mtafuteni Yehova wakati anapopatikana. Mwite akiwa karibu."

SURAH YA 09

MIZIZI YA KIPAGANI YA IBADA YA SANAMU KATIKA UISLAMU

Waislamu wanaabudu mungu anayeitwa Allah. Na Waislamu wanadai kwa ujasiri kwamba kabla ya kuja kwa Uislamu, Allah alijidhihirisha kama Mungu wa Biblia. Dai la kuendelea kutoka kwa imani inayotambulika ya Uyahudi na Ukristo lilikuwa muhimu kwa Muhammad kujenga uaminifu kwa dini yake mpya. Kwa maana ikiwa Allah anahusishwa kama mzalishaji wa ufunuo wa kidini wa awali, basi Uislamu ni hatua inayofuata kwa mantiki katika dini ya Ibrahimu, Musa na Yesu.

Basi, je, Allah alikuwa Mungu wa Biblia au alikuwa mungu wa kipagani huko Uarabuni wakati wa kipindi cha kabla ya Uislamu? Jibu la swali hili ni muhimu hasa leo hii kutokana na machafuko mengi yanayoizunguka dini ya Uislamu. Ikiwa dai la Waislamu ni la kweli, basi tunapaswa kukubali Uislamu kama dini ya kweli. Lakini, kwa upande mwingine, ikiwa inaweza kudhibitishwa kwamba Allah alikuwa mungu wa kipagani kabla ya Uislamu, basi Uislamu lazima ukataliwe kwa kile kilicho halisi – dini ya kipagani. Na Waislamu wanapaswa kupata ujasiri wa kuiacha dini ya Uislamu. Hebu tuanze uchambuzi wetu wa Uislamu kwa mwanga wa vyanzo vyake vyenyewe.

KA'BA

Sifa inayojulikana ya Uislamu ni kwamba wengi wa ibada zake zilichukuliwa kutoka kwa desturi za kipagani za Uarabuni za wakati wa Muhammad. Kabla ya kuja kwa Uislamu, Ka'ba ilikuwa hekalu muhimu la kipagani huko Mecca. Leo, Ka'ba ni kitovu cha dunia ya Kiislamu na sala za kila Muislamu huelekezwa kuelekea hapo. Aidha, wengi wa tamaduni za kidini za Uislamu zinazohusiana na Hajj pia ni za kipagani kwa asili. Ukweli kwamba Ka'ba ilikuwa hekalu la kipagani unathibitishwa katika vyanzo vingi halali vya Uislamu:

Sahih Bukhari, Juzuu ya 3, Kitabu cha 43, Hadithi Na. 658:

Imepokewa na 'Abdullah bin Masud: Mtume alifika Mecca na (wakati huo) kulikuwa na sanamu mia tatu sitini zinazozunguka Ka'ba.

Uhusiano wa Muhammad na Jiwe la Nyeusi ulikuwa wa nguvu kiasi kwamba hangeweza kulichukulia kama sanamu nyingine za Ka'ba. Hii ndiyo sababu miaka baadaye Waislamu waliposhinda Mecca, Muhammad aliharibu sanamu zote lakini akaacha Jiwe la Nyeusi. Na hata kabla sanamu za kipagani hazijaangamizwa, Muhammad alikuwa na hamu ya kusali akielekea Ka'ba ambapo Jiwe la Nyeusi, kitu kikuu cha heshima, kimejumuishwa kwenye kuta za Ka'ba.

Sahih Bukhari, Juzuu ya 1, Kitabu cha 2, Hadithi Na. 39:

Imepokewa na Al-Bara' (bin 'Azib): Wakati Mtume alipoenda Madina, alikaa kwanza na wazee wake au shangazi zake kutoka Ansar. Alikuwa akifanya sala akielekea Baitul-Maqdis (Yerusalemu) kwa miezi kumi na sita au kumi na saba, lakini alitamani angeweza kusali akielekea Ka'ba (Mecca).

Na Allah alifunua aya ifuatayo ya Qur'an:

Surah 2:144: "Tunaona mwelekeo wa uso wako kwa mwongozo kwa mbingu; sasa tutakuelekeza kwa Qibla itakayokufurahisha. Basi, geuza uso wako kuelekea Msikiti Mtakatifu: popote mlipo, geuzeni nyuso zenu kuelekea huko." (Yusuf Ali)

Kwa nini Muhammad alionyesha hamu ya kusali akielekea Ka'ba wakati ilikuwa bado ni hekalu la kipagani? Wakati Surah 2:144 ilifunuliwa, Ka'ba ilikuwa bado ni hekalu la kipagani likiwa na "sanamu mia tatu sitini." Na kwa nini Allah aliruhusu Mtume wake kuegemea Ka'ba wakati ilikuwa bado imejaa sanamu za kipagani? Amri iliyotolewa katika Qur'an ya kusali kuelekea Ka'ba ilitangulia kwa miaka mingi kabla ya ushindi wa Mecca. Sanamu hizo ziliharibiwa tu baada ya ushindi wa Mecca. Hivyo, katika miaka yote iliyopita, kati ya wakati Qibla ilipopinduliwa kuelekea Ka'ba na ushindi wa Mecca, kila wakati Muhammad alipokuwa akielekea Ka'ba kusali, Ka'ba ilibaki kuwa hekalu la ibada ya sanamu.

Hii si jambo dogo linapokuja suala la ibada. Kwa nini Allah hakumwamuru Muhammad kungoja mpaka kuondolewa kwa sanamu hizo? Kwa nini Allah alikubali hamu ya kipagani ya mtu mmoja? Na kama matokeo yake, Waislamu wa mwanzo waliamriwa kusali kuelekea sanamu za kipagani katika miaka yote hiyo iliyopita. Kwa nini Allah alijikanganya mwenyewe? Je, hakusema, "Kwa Allah ni Mashariki na Magharibi"? Kwa nini basi sala za Waislamu lazima zielekezwe kwa hekalu la kipagani ili kufikia masikio ya Allah?

Sahih Bukhari, Juzuu ya 1, Kitabu cha 8, Hadithi Na. 392:

Imepokewa na Bara' bin 'Azib: Mtume wa Allah aliomba sala akielekea Baitul-Maqdis kwa miezi kumi na sita au kumi na saba lakini alitaka sana kusali akielekea Ka'ba (Mecca), hivyo Allah alifunua: "Hakika, tumekiona mwelekeo wa uso wako kuelekea mbinguni!" (Surah 2 Al-Baqarah 144) Hivyo Mtume alielekea Ka'ba na wapumbavu kati ya watu, yaani "Wayahudi," walisema, "Nini kilichowageuza kutoka kwa Qibla yao (Bait-ul-Maqdis) ambayo walikuwa wanaitii awali" (Allah alifunua): "Sema: 'Kwa Allah ni Mashariki na Magharibi. Anamuongoza anayempenda kwa njia iliyo sawa.'" (Surah 2 Al-Baqarah 142).

Angalia pia sauti ya amri ya Allah:

Surah 2:144: "Popote mlipo, geuze nyuso zenu kuelekea huko."

Hadithi ifuatayo inaonyesha wazi kwamba sanamu ziliharibiwa tu baada ya ushindi wa Mecca, ambao ulifanyika miaka kadhaa baada ya Qibla kubadilishwa kuelekea Ka'ba.

Sahih Bukhari, Juzuu ya 5, Kitabu cha 59, Hadithi Na. 583:

Imepokewa na Abdullah: Wakati Mtume alipoingia Mecca siku ya Ushindi, kulikuwa na sanamu 360 zinazozunguka Ka'ba.

Sasa tutaangalia shida nyingine kubwa katika Uislamu. Fikiria kwa makini maneno ya Allah katika aya ifuatayo ya Qur'an:

Surah 2:125: "Na tulipofanya nyumba hii (Mecca) kuwa mahali pa kukalia kwa watu na kimbilio, (tukisema): Chukueni mahali pa ibada palipo ambapo Ibrahim alisimama (kuomba). Na tulimlazimisha Ibrahim na Ismail, (tukisema): Takatifisheni nyumba Yangu kwa wale wanaozunguka na wale wanaofikiri humo na wale wanaokunja magoti na kupiga sijda (katika ibada)." (Pickthall)

"We" katika aya hii ya Qur'an inamwambia Allah. Kulingana na Uislamu, Allah ndiye mjenzi wa Ka'ba ya asili kabla ya wakati wa Ibrahim. Ilijengwa tena baadaye na Ibrahim na Ismail. Ka'ba inayojulikana kama "Baitullah" inamaanisha "Nyumba ya Allah." Sasa, je, "Nyumba ya Allah" ambayo "ilijengwa na Allah" ilijeje kuwa Hekalu la Kipagani likiwa na "sanamu 360"? Je, jinsi gani Nyumba ya Mungu inageuka kuwa Hekalu la sanamu? Je, inaweza vipi kutokea kwa mahali takatifu zaidi pa ibada ya Allah hapa duniani? Je, Allah anawezaje kuruhusu hili litokee? Kama Ka'ba ilikuwa "Nyumba ya Allah" ya awali kama Qur'an inavyodai, basi hakuna sababu ya kimaadili au kitholojia kwa hili kutokea kuwa Hekalu la Kipagani. Je, sasa unaweza kumwamini Allah wakati amejionyesha kuwa hana nguvu dhidi ya kuharibiwa kwa hekalu lake takatifu hapa duniani?

JIWE JEUSI

Muhammad aliharibu sanamu zote nyingine katika ushindi wa Mecca lakini aliiweka sanamu kuu ya Ka'ba – Jiwe Jeusi – bila kugusa. Kwa nini? Ilikuwa ni kutokana na heshima yake ya kina iliyotokana na miaka ya kujitolea kwa ibada ya kipagani ya kumuabudu jiwe. Alilazimika sio tu kuacha Jiwe Jeusilisiguswe ili kuliwakilisha Uislamu, bali pia alilibusu ili kuonyesha mapenzi yake kwa jiwe la kipagani. Jiwe Jeusiambalo lilikuwa takatifu kwa wapagani lilikuja kuwa takatifu kwa Waislamu. Na leo Waislamu wanaliabudu. Busu ambalo waumini wema wa Waislamu wanatoa kwa Jiwe Jeusi ni ishara ya utamaduni wa kipagani wa zamani, ambao ulikuwa wa kawaida katika Arabia ya kale.

Hivyo, Jiwe Jeusiambalo liliheshimiwa na wapagani wa Kiarabu lilibadilika kutoka kwa hekalu la kipagani kuwa kiunganishi cha hija ya Waislamu. Jiwe Jeusi, ambalo lilikuwa kitu cha kuabudiwa kwa karne nyingi kabla ya wakati wa Muhammad, lilibaki kuwa hekalu kuu la Uislamu. Waislamu wanagusa na kubusu Jiwe Jeusi wakati wa Hajj, ambapo wasiokuwa Waislamu wanakatazwa kabisa kwenda karibu nalo.

Katika kitabu chake, "Maisha ya Muhammad," mwandishi wa Kiegypti, Muhammad Husayn Haykal, ambaye anategemea sana kazi za kisomi za Ibn Hisham, alikiri ukweli ufuatao:

Kwa kweli, Waarabu waliheshimu mawe haya sana kiasi kwamba sio tu walikuwa wanaliabudu jiwe Jeusi katika Ka'ba, bali pia wangechukua moja ya mawe ya Ka'ba kama kitu takatifu wakati wa safari zao, wakiliomba na kuomba kuwa kibaraka kwa kila hatua walizochukua. (uk. 30)

Muhammad alianza na kumaliza na dini ya kipagani na tofauti pekee ilikuwa ni kwamba aliibadilisha kuwa mfumo wa imani ya Mungu mmoja. Ukweli kwamba baadhi ya ibada zinazofanywa kwa jina la Allah zinahusiana na ibada za kipagani inaonyesha kuwa Uislamu ulizaliwa kwa ibada za sanamu. Desturi hizi zinafanana na ibada za kipagani za kabla ya Uislamu zinazohusiana na Ka'ba. Mungu wa Ibrahimu, Isaka na Yakobo hangeweza kamwe kutuma Jiwe Jeusi kuwashawishi wafuasi wake kutenda ibada za sanamu. Ikiwa

Mungu anachukia hata inchi za waumini wake mbele ya jua linaloishi ambalo aliumba, je, unadhani atawaamuru waabudu wake kuinama mbele ya Jiwe Jeusi lililokufa? Wakati Wakristo wanaweza kuona hili kama ibada ya sanamu kamili, Uislamu unashindwa kuona huu uchafu.

Biblia Takatifu inasema wazi:

Kumbukumbu la Torati 4:19: "Usiinue macho yako angani na kuona jua, mwezi, na nyota, jeshi lote la mbinguni, na kushawishiwa na kuinamia mbele yao."

Ingawa Waislamu wanakataa kuwa Jiwe Jeusi ni sanamu na wanasisitiza kuwa sala zao zinalenga kwa Allah pekee, katika mazoezi ya kweli, Jiwe Jeusi linat treated kama vile wapagani wanavyoheshimu sanamu zao. Uislamu unapozungumzia ibada zake za sanamu kwa Jiwe Jeusi unaweza kulinganishwa na mwanaume anayejitetea kwa tendo lake la uzinzi kwa kusema kuwa alikuwa anafikiria mke wake pekee wakati wa kufanya tendo hilo la kimapenzi. Udhibiti wa kumheshimu jiwe lililokufa – hasa kwa kiasi cha kuinama na kuliabudu – unaweza tu kuhusishwa na ibada ya sanamu ya kipagani ya awali kuliko roho ya kweli ya ibada ya Mungu mmoja.

Zaidi ya hayo, Muhammad alifundisha kwamba Jiwe Jeusi litatoa ushuhuda wa manufaa siku ya "Hukumu" kwa niaba ya wale waliolibusu. Uislamu pia unafundisha kwamba dhambi zinaweza kusamehewa kwa wale wanaobusu na kugusa Jiwe la Black.

Hadithi ya al-Tirmidhi, 961; Ibn Maajah, 2944:

Ilikuwa imehadithiwa kwamba Ibn 'Abbaas alisema: Mtume wa Allah (rehma na baraka za Allah ziwe juu yake) alisema kuhusu Jiwe: "Kwa Allah, Allah litakuleta siku ya kufufuka, na litakuwa na macho mawili ambayo litayaona na ulimi ambao litasema, na litatoa ushuhuda kwa wale walioligusa kwa uaminifu."

Hadithi ya al-Tirmidhi, 959:

Mtume wa Allah (rehma na baraka za Allah ziwe juu yake) alisema: "Kugusa vyote viwili (Jiwe Jeusina al-Rukn al-Yamani) ni toba kwa dhambi."

Hadithi ya al-Tirmidhi, 877; Ahmad, 2792:

Mtume wa Allah (rehma na baraka za Allah ziwe juu yake) alisema: "Wakati Jiwe Jeusi lilipoanguka kutoka Paradiso, lilikuwa jeupe kuliko maziwa, lakini dhambi za watoto wa Adamu zikalifanya kuwa jeusi."

Hivyo, inaonekana wazi kwamba Waislamu wanadanganya kwa dhahiri wanaposema kwamba Jiwe Jeusi ni kitovu cha sala zao kwa ajili ya umoja. Kwa kweli, linamaanisha zaidi kuliko wanavyokubali kusema kwetu. Je, si ibada ya sanamu kuamini kwamba dhambi zinaweza kusamehewa kwa kubusu jiwe tu? Waislamu wanakataaa kabisa thamani ya fidia ya sadaka ya Yesu Kristo. Kwa ajabu, Waislamu hawa hawa wanakubali kuamini kwamba jiwe lililokufa linaweza kutimiza lengo hilo ambalo wanakanusha kuwa Yesu anaweza kufanya.

Waislamu wote wanatakiwa kuinama kuelekea Jiwe Jeusi kila siku, kila wanapokuwa wanakutana kwa sala. Wanakatazwa kutazama kitu kingine chochote au kuelekea mwelekeo mwingine. Kwa Waislamu kugeukia mwelekeo mwingine yoyote kutakuwa ni ukiukaji wa amri ya Allah. Amri ya Allah inasema wazi:

Surah 2:144: "Geukia uso wako kwa mwelekeo wa Msikiti Mtakatifu: Popote mlipo, geukeni nyuso zenu kuelekea huko."

Hivyo, kulingana na mafundisho ya Qur'an, Waislamu hawawezi kuomba kwa Allah bila kuelekea Ka'ba. Wakati Muislamu anapofanya Hajj, au akimbia kati ya milima, au kubusu Jiwe Jeusi, anatekeleza ibada za kipagani – ibada ambazo zinatokana na imani za kipagani. Na Muhammad alithibitisha na kuingiza hizi desturi za kipagani katika Uislamu. Hivyo, sumu inabaki kuwa ile ile, tu majina yamebadilishwa kwa udanganyifu na Allah na Muhammad. Kwa hiyo, kipagani kimekuwa sehemu muhimu ya Uislamu. Fikiria sasa ushahidi mwingine:

Sahih Bukhari, Volume 6, Kitabu 60, Namba 23:

Hadithi ya 'Asim bin Sulaiman: Niliuliza Anas bin Malik kuhusu Safa na Marwa (yaani milima miwili huko Mecca). Anas alijibu, "Tulikuwa tunaziangalia (yaani kuzunguka) kama desturi ya kipindi cha Kipagani cha Ujinga, hivyo Islam ilipoingia, tuliacha kuzunguka huko. Kisha Allah alifunua, 'Kwa hakika, Safa na Marwa (yaani milima miwili huko Mecca) ni kati ya Ishara za Allah. Kwa hivyo si dhambi kwa wale wanaofanya Hajj wa Nyumba ya Allah au wanaofanya Umra kuzunguka kati yao.'" (Surah 2:158) [Mwisho wa Nukuu]

Surah 2:158: "Haya! (milima) As-Safa na Al-Marwah ni kati ya ishara za Allah. Kwa hiyo, si dhambi kwa yule aliye katika ibada ya nyumba (ya Allah) au anayemtembelea, kuzunguka kati yao (kama desturi ya kipagani)." (Pickthall)

Vipi milima miwili hii ambayo ilikuwa takatifu kwa wapagani inaweza ghafla kuwa "Ishara za Allah" baada ya ushindi wa Waislamu Mecca? Zaidi ya hayo, vipi desturi ile ile ya kipagani ya kukimbia kati ya milima miwili inaendelea kuwepo katika Uislamu? Zaidi ya hayo, kwa nini desturi ya kipagani ya kuzunguka Ka'ba mara saba, pia iliendelea katika Uislamu?

MIFANO YA KUSHANGAZA

Kuna mifano mingi ya kushangaza kati ya ibada za Uhinduo na Uislamu ambayo ni vigumu kuzikanusha kama coincidences tu. Hebu tuzingatie baadhi yao.

(1) Wakati wa ibada ya Kiislamu ya Tawaf, Waislamu huzunguka Ka'ba mara saba. Ibada hii ni nakala halisi ya ibada za waabudu Shiva ambao pia hutembea kuzunguka ishara ya Shiva mara saba. Je, si ya kushangaza kwamba waabudu Shiva na waabudu Allah wanashiriki ibada inayohusisha kutembea kuzunguka kitu chao cha heshima mara saba?

(2) Katika ibada hizi zote, waumini wa Kihindu na Waislamu hutamka vifungu vya kidini mara kwa mara wakati wanapozunguka.

(3) Zaidi ya hayo, waumini wa Kihindu na Waislamu wa kiume wanatakiwa kunyolewa vichwa vyao wakati wa hija zao.

(4) Aidha, waumini wa Kiume wa Kiislamu wanatakiwa kuvaa mavazi yanayojumuisha shiti mbili za kitambaa cheupe zisizoshonwa. Tena, mavazi haya ni nakala halisi ya ya wenzao wa Kihindu ambao pia huvaa mavazi yasiyoshonwa yanayoitwa dhoti wakati wa hija zao.

(5) Katika Uislamu, Jiwe Jeusilinaheshimiwa na Waislamu. Ishara ya Shiva pia ni Jiwe la Black. Kwa nini vitu vya heshima vya waabudu Shiva na Waislamu ni mawe meusi?

(6) Waislamu hulewa maji kutoka kwa Kisima cha Zamzam wakati wa ibada zao za Hajj. Hii ni nakala halisi ya Wahindu ambao pia hulewa maji kutoka Mto Ganga kama sehemu ya ibada takatifu katika kuabudu Shiva.

(7) Mwezi mstatili unahusishwa na mungu wa Kihindu Shiva. Katika picha zote za Shiva, mwezi mstatili daima hupakwa kwenye paji lake la uso. Je, ni bahati mbaya kwamba mwezi mstatili pia ni ishara ya Uislamu?

(8) Katika picha zote za Shiva, daima kuna picha ya nyoka akizunguka shingo yake. Vyanzo vya Kiislamu vinathibitisha kwamba Ka'ba ililindwa na nyoka wakati wa nyakati za kabla ya Uislamu. Na vyanzo hivi hivi vinadai kwamba ni Allah aliyetuma nyoka kulinda hazina za kipagani za Ka'ba

Tarikh Makka na Al-Azraqi:

Tangu siku hiyo Allah alimtuma nyoka kulinda Ka'ba. Nyoka huyu alikaa kwenye kisima akilinda zawadi za Ka'ba kwa zaidi ya miaka 500. Kwa kuwa mabadiliko ya asili yalikuwa yakivua nguvu za kuta za Ka'ba wakati wa Quraish (kabla kidogo ya wakati ambapo Mtume alipokea Unabii), kuta zilikuwa dhaifu na sehemu ya kifuniko pia ilikuwa imeungua, hivyo Quraish walikubaliana kujenga upya Ka'ba. Hata hivyo, nyoka alizuia kila walipojaribu kubomoa Ka'ba takatifu. Hatimaye walikusanyika kwenye Mahali pa Ibrahim na kuomba, "Ee Allah, ikiwa unaridhika na ujenzi wake basi ufanye iwezekane na ulinde nyoka huyu." Allah alimtuma tai ambaye alimbeba nyoka na kumpeleka Ajyaad. Huu ni nyoka anayezungumziwa kwenye maoni ya nne."

Wakati kabila la Quraish lilipotaka kujenga upya Ka'ba, ilikuwa ni hekalu la kipagani likiwa na sanamu 360. Kama inavyosema taarifa hiyo, tukio hili lilitokea kabla ya wakati wa kuitwa kwa Muhammad kama mtume wa Allah. Kabla ya kuja kwa Uislamu, kabila la Quraish lilikuwa ni wapagani waliokuwa wakiabudu miungu ya sanamu. Na Allah alikuwa mmoja wao. Hivyo, haitapaswa kutushangaza kuona wapagani wakimuomba Allah na kumwambia: "Ee Allah ikiwa unaridhika na ujenzi wake basi ufanye iwezekane na ulinde nyoka huyu." Na haitapaswa kutushangaza kuona Allah akijibu maombi yao kwa kuhamisha nyoka. Taarifa pia inasema kwamba ni Allah aliyeanza kutuma nyoka huyu kulinda hazina za Ka'ba wakati ilikuwa bado ni hekalu la kipagani. Tunapenda kuwauliza Waislamu:

Kwa nini Allah alifurahi kuona kurejeshwa kwa Ka'ba wakati ilikuwa ikihudumu kama hekalu la kipagani kwa waabudu sanamu? Kwa nini Allah alijibu maombi ya wapagani kwa kuhamisha nyoka? Je, si ukweli kwamba wapagani walimuomba Allah ina maana kwamba alikuwa mungu wao? Kwa nini wapagani na Waislamu wanashiriki Allah mmoja? Je, hii haionyeshi kwamba Allah ni mungu wa kipagani? Kwa nini Allah alimtuma nyoka kulinda hazina za kipagani za Ka'ba? Kwa nini nyoka inahusishwa na Allah na Shiva? Ikiwa utapata mahali pa kuabudu linalolindwa na nyoka leo, utalihusianaje na dini gani? Je, utalihusianaje na dini ya Mungu wa kweli au na upagani? Je, ushahidi haonyeshi kwamba Uislamu ni tawi la upagani? Je, Uislamu unaweza kuhusishwa na Mungu wa Ibrahimu, Isaka na Yakobo?

Waumini wa Kikristo hawafuati ibada ya kuzunguka kwa mduara ili kumfurahisha Mungu wao. Kwa kushangaza, Waislamu wanaituhumu dini ya Hindu kwa upagani na ibada ya sanamu. Kuna mifano mingi sana ya kufanana kati ya Uislamu na Upagani ambayo inafanya kuwa vigumu kuiona kama dini ya Mungu wa kweli. Yehova, Mungu wa Ibrahimu, Isaka na Yakobo, hangeweza kamwe kuingiza mazoea ya mataifa ya kipagani katika mpango wake wa kidini wa ibada ya kweli. Hangeweza kamwe kuruhusu mazoea ya kipagani ya mataifa kuwa sehemu ya huduma zake takatifu kwa waabudu wake. Lakini Allah aliruhusu.

2 Wakorintho 6:14-17: "Msijifunge nira isiyo sawa na wasioamini. Kwa maana ushirika gani umejengwa kati ya haki na uasi? Au kushiriki gani kunawepo kati ya mwanga na giza? Zaidi ya hayo, kuna ufanisi gani kati ya Kristo na Belial? Au sehemu gani ya mcha Mungu ipo na asiyeamini? Na hekalu la Mungu lina ushirikiano gani na sanamu? Kwa maana sisi ni hekalu la Mungu aliye hai. Kama vile Mungu alivyosema: 'Nitakaa kati yao na kutembea kati yao, na nitakuwa Mungu wao, na wao watakuwa watu wangu.' 'Basi tokeni kati yao na jitenganisheni. Acheni kugusa kitu kilicho najisi na nitawapokea,' asema Yehova."

SABABU YA IBADA YA SANAMU KATIKA UISLAMU

Haijalishi Waislamu wanavyojitahidi kuhalalisha, hali halisi ya kwamba Uislamu umejaa ibada ya sanamu haibadiliki. Ushahidi uko kila mahali. Inaweza kuwashangaza Waislamu kujua kwamba Umar, Khalifa wa pili wa Uislamu, alikuwa na mashaka kuhusu kumsalimu sanamu ya kipagani, Jiwe la Black.

Sahih Bukhari, Juzuu ya 2, Kitabu cha 26, Namba 675:

Ilisimuliwa na Zaid bin Aslam: Kutoka kwa baba yake ambaye alisema: "Umar bin Al-Khattab alielekea kona (Jiwe Jeusi) akisema, 'Kwa Allah! Najua wewe ni jiwe na huwezi kunufaisha wala kuumiza. Kama singeliiona Nabii akigusua (na kumsalimu) wewe, nisingekuona na kukigusua (na kukusalimu).' Kisha alikusalimu."

Huu ni usemi wa wazi kutoka kwa mtu ambaye alikuwa kipagani. Kubadilika kwa Umar na imani ya mungu mmoja kulikuwa kamili kiasi kwamba aliweza kutoa uchambuzi huu wakati Mtume wake alikuwa anaheshimu sanamu ya kipagani. Sababu ya Umar kuwa na wasiwasi kuhusu kumsalimu Jiwe Jeusi ni kwamba wapagani wa Kiarabu pia walifanya ibada hii hiyo. Pole, Khalifa Umar alimheshimu Muhammad na hii ilimpelekea kumheshimu sanamu ya kipagani.

Sheikh Sha'rawi, mmoja wa wanazuoni maarufu wa Misri alitangaza katika Maoni ya Kisheria, pt. 3, p. 167:

"Kumsalimu jiwe la meteorite ni mazoea imara katika sheria za Kiislamu kwa sababu Muhammad alifanya hivyo. Haupaswi kuuliza kuhusu hekima ya nyuma ya hilo kwa sababu ibada hii ni (kielelezo) cha ibada licha ya kutokueleweka kwa hekima yake."

Sababu kuu kabisa ya kumsalimu Jiwe Jeusi katika Uislamu ni kwamba "Muhammad alifanya hivyo."

Ibn Umar alisema: "Mtume wa Allah (rehema na baraka ziwe juu yake) alielekea Jiwe la Black, aligusua, kisha akaweka midomo yake juu yake na akalia kwa muda mrefu." Vivyo hivyo, Umar alilia kwa muda mrefu. Mtume (rehema na baraka ziwe juu yake) alisema: "Ewe `Umar, hapa ndio mahali pa kumwaga machozi." (Iliripotiwa na Al-Hakim ambaye anakiita Hadithi yenye nguvu na mlolongo wa madaraka wa kweli) Chanzo: IslamOnline.

Muhammad aligusua na kumsalimu Jiwe Jeusi. Aliweka midomo yake juu yake na akalia kwa muda mrefu. Ikiwa hili si ibada ya sanamu, basi ni nini? Kwa kuzingatia historia yake ya kipagani, Muhammad alihitaji kitu cha kimwili kinachomunganisha na Allah. Hivyo, alijisalimisha kwa ibada ya sanamu. Hii ndiyo maana alisema kwamba Jiwe Jeusi "ndilo mahali pa kumwaga machozi." Na Umar alijikuta akifuata bila kujua. Kilichoshindwa kutambuliwa na Waislamu ni kwamba kumsalimu na kugusa vitu vya mawe ilikuwa sehemu muhimu ya ibada ambayo wapagani wa Kiarabu walifanya kwa sanamu zao.

Kama Umar, Waislamu wengi pia wanamfuata Muhammad kwa kipofu katika kumheshimu sanamu hii ya kipagani. Kihistoria, Waislamu hawawezi kukanusha ukweli kwamba Jiwe Jeusi lilikuwa moja ya mawe na sanamu zilizoheshimiwa kwenye Ka'ba na wapagani wa kabla ya Uislamu. Jiwe Jeusi lilikisiwa wakati wa ibada ya kipagani ya kabla ya Uislamu na ndilo jiwe hili ambalo Waislamu wanalisalimu leo wanapozuru Mecca. Waislamu wanamsalimu jiwe ambalo lilikuwa likitumika katika ibada ya sanamu. Waislamu hawana sababu za kudhibiti tendo hili la ibada ya sanamu isipokuwa kwa sababu alifanya hivyo Muhammad. Ni nini maarifa ya kimungu au uzoefu wa kiroho unaweza kutoka kwa kumheshimu kitu kisichohamishika ambacho ni jiwe rahisi la meteorite?

Waislamu hata wanakwenda mbali zaidi na kuamini kwamba kugusa au kumsalimu Jiwe Jeusikuna athari kubwa kwao na kinapaswa kuhesabiwa kwa faida yao siku ya Hukumu ya Kiislamu. Kupiga mawe Shetani pia ni sehemu ya ibada ya hajj. Katika ibada hii, Muislamu anakusanya mawe saba na kuyatupia kwenye nguzo ya mawe inayoashiria upinzani wake kwa Shetani. Hii ni ibada ya kijinga kabisa. Waislamu kwa uaminifu wanamsalimu jiwe moja kama huduma takatifu kwa

Allah wakati wanapiga mawe jiwe jingine kama kielelezo cha Shetani. Na hii ndiyo Uislamu kwako.

ONYO LA KUSIKILIZA

Biyografia ya kwanza ya Muhammad iliandikwa na Ibn Ishaq (704 C.E. – 767 C.E.). Biyografia hii inajulikana kama "Sirat Rasul Allah." Katika ukurasa wa 99, tunapata maelezo ya kuvutia kuhusu tukio lililotokea wakati wa siku za kabla ya Uislamu ambapo wapagani walikuwa wakisherehekea sherehe yao:

"Wakoraish walikusanyika wakati mmoja wakati wa Eid yao kando ya sanamu yao moja, wakichinja dhabihu, wakisali na kuzunguka sanamu hiyo, kama walivyokuwa wakifanya kila mwaka wakati wa sherehe hii. Hapo ndipo marafiki wanne waliposimama kando, na kuzungumza kwa siri kwa maneno ya haki. Hawa walikuwa Waraca, Obeidallah mjukuu wa Abdul Mutalib. Othman na Zeid ibn Amr.

Walisema: – 'Kwa Bwana! Watu wetu hawana lolote la imani ya Ibrahimu. Ni jiwe hili tunalizunguka? Halisikii wala halizungumzi, halijali wala halisaidi. Ee watu wetu! Angalieni nafsi zenu, kwa Bwana ninyi mko mbali kabisa.' Kisha walitengana, na kuenda katika nchi mbalimbali kutafuta imani ya kweli ya Ibrahimu.

Waraca alikumbatia dini ya Kikristo, na kwa kujifunza vitabu vya watu wake, alikaza imani yao. Obeidallah…, alihama kwenda Abyssinia pamoja na mkewe Omm Habibah…, Huko, hata hivyo, baadaye alikubali Ukristo…, Sasa kuhusu Othman, alielekea kwa kifalme cha Mfalme wa Byzantine, ambapo alipata cheo kikubwa na alikubali imani ya Kikristo." (Siratu'l Rasool vss. 143-144 p. 99)

Kutoka kwa marafiki wanne, watatu wao walikuwa Wakristo mwishowe. Walikuwa Waraca, Obeidallah na Othman. Hawa waliotafuta ukweli walijua kwamba vitendo vya Quraysh, ambavyo Uislamu baadaye uliviingiza katika theolojia yake, havikuwa vya imani ya Ibrahimu. Walitambua kwamba ilikuwa ni ibada ya sanamu tupu.

Moja ya onyo la Yehova ambalo wanaweza kuwa wamekutana nalo katika masomo yao ya Biblia ni kifungu kilichomo katika Lawi 26:1. Kifungu hiki kina uhusiano wa moja kwa moja na mada inayozungumziwa hapa. Karne nyingi kabla ya kuja kwa Uislamu, Yehova Mungu aliwakumbusha Waisraeli kwa upendo kuwaepusha na mtego wa kijanja wa Shetani. Karne baadaye, Uislamu ulishindwa kutoroka mtego huu wa Shetani. Biblia Takatifu inatoa onyo kubwa:

Lawi 26:1: "Msiwe na sanamu zisizo na faida. Msiinuke kwa ajili yenu sanamu za kuchongwa au nguzo takatifu, wala msitie jiwe kuwa ishara ya heshima katika nchi yenu ili mkae mkiangalia kwayo. Mimi ni Yehova Mungu wenu."

Je, kuna onyo lolote lililo wazi zaidi ya hili? Ama ni sawa kuinama kuelekea jiwe au sio. Hawezi kuwa sawa zote. Huu ni jambo la umakini mkubwa kwa sababu unaonyesha kwamba ama Allah au Yehova ndiye Mungu wa kweli. Uokovu wa milele wa kila Muislamu mmoja upo mikononi mwa mmoja tu wao. Fikiria kwa umakini! Je, Mungu Mtakatifu angeliwahimiza wafuasi wake kuendelea katika dhambi ya ibada ya sanamu ya wapagani?

Kwa kawaida inafundishwa kuwa Uyahudi, Ukristo na Uislamu ni dini tatu kuu za umungu mmoja duniani. Na mara nyingi inadhihirishwa kwamba wafuasi wa dini hizi tatu wanamsalia Mungu mmoja. Hakuna jambo lolote ambalo linaweza kuwa mbali na ukweli kuliko hili. Uislamu ni ibada ya sanamu katika umbo la imani moja. Hakuna mahali pa ibada ya sanamu yoyote, hata kidogo, katika Ukristo.

1 Yohana 5:21: "Jihadharini na sanamu."

Hii inatupa sababu halali ya kukataa Uislamu.

SURAH YA 10

WAISALMU WOTE NI WAABUDU SANAMU

Wengi hawajui kwamba Uislamu umejaa ibada ya sanamu. Kwa kweli, Waislamu wote ni wanaabudu sanamu. Ikiwa unapinga au kushangazwa na madai haya, tunakuhimiza uchunguze kwa makini ushahidi uliotolewa katika makala hii. Kinachohitajika kwa Waislamu kuelewa ni ukweli kwamba ushahidi wote ulioletwa hapa unategemea vyanzo halali vya Kiislamu. Vyanzo hivi havitambuliki tu na wanazuoni wakuu wa Uislamu bali pia vimefundishwa katika taasisi za elimu ya juu za Kiislamu. Ikiwa wewe ni Muislamu, makala hii ni muhimu sana kwako. Inahusu wokovu wako wa milele.

Ibada ya sanamu inafafanuliwa kama ibada ya sanamu. Na inaweza kuchukua aina nyingi. Inahusisha vitendo kama vile kuinama, kugusa au kumsalimu kitu kwa heshima. Sanamu zinaweza kuwa za mawe, miti, dhahabu, fedha au udongo. Hata hivyo, ibada ya sanamu haijazuiliwa tu kwa vitendo vya ibada kwa sanamu. Ibada ya sanamu pia inaweza kufafanuliwa kama kuwa na heshima kubwa kwa kitu ambacho heshima hiyo inapaswa kutolewa kwa Mungu pekee. Ibada ya sanamu ni suala la kiroho. Hatimaye, inasababisha ibada kwa miungu ya uongo.

Kabla ya kuja kwa Uislamu, Waarabu wa kabla ya Uislamu walikuwa wakiinama kwa heshima katika sala kuelekea hekalu la kipagani lilioitwa Ka'ba. Leo, Waislamu wanafanya vivyo hivyo. Haijalishi wanakotoka ulimwenguni, Waislamu wote wanamriwa kuinama kwa sala kuelekea Ka'ba. Wanazuiwa kutazama mwelekeo mwingine wakati wa sala zao za kila siku. Kwa Waislamu kusali kuelekea mwelekeo mwingine ni ukiukaji wa amri ya Allah:

Surah 2:144: "Tunawaona mara nyingi mgeukapo uso wenu kuelekea mbinguni, lakini hakika tutawaelekeza kwenye Qibla mtakayo. Basi geukeni uso wenu kuelekea Msikiti Mtakatifu (Ka'ba huko Makkah) popote mlipo." (Hamid S. Aziz)

Kwa mujibu wa Qur'ani, Waislamu wote lazima wasali wakielekea Ka'ba ili kumuabudu Allah. Ukweli wa kihistoria kwamba Ka'ba ilikuwa ni hekalu la kipagani kabla ya Uislamu unatambulika katika vyanzo vingi halali vya Kiislamu.

Sahih Bukhari, Juzuu ya 3, Kitabu cha 43, Namba 658:

Imesimuliwa na 'Abdullah bin Masud: Mtume alifika Makkah na (wakati huo) kulikuwa na sanamu mia tatu na sitini (360) zinazozunguka Ka'ba.

Hadithi hii hapo juu inaonyesha wazi kuwa Ka'ba ilikuwa ni hekalu la kipagani kabla ya Uislamu likiwa na "sanamu mia tatu na sitini." Hadithi hii pia inathibitisha kuwa Ka'ba ilibaki kuwa hivyo hadi wakati wa Muhammad. Wanazuoni wa

Kiislamu wanajua ukweli huu wa kihistoria. Hata hivyo, Waislamu wanadai kwamba Ka'ba ilijengwa na Ibrahimu na Ismail kwa uongozi wa Allah. Katika Uislamu, Ka'ba inajulikana kama "Baitullah" inayomaanisha "Nyumba ya Allah." Ikiwa madai ya Waislamu ni ya kweli, basi tungependa kuwauliza maswali yafuatayo:

(1) Ikiwa Ka'ba ilijengwa na Ibrahimu na Ismail, vipi ilikuja kuwa Hekalu la Kipagani likiwa na sanamu 360?

(2) Ikiwa Ka'ba awali ilikuwa Nyumba ya Allah, vipi ilibadilika kuwa Hekalu la Sanamu? Na lini hasa Allah aliruhusu mabadiliko haya kutokea?

(3) Vipi sehemu takatifu zaidi kwa ibada ya Allah iligeuka kuwa sehemu ya ibada ya sanamu? Je, ni jinsi gani hili lilivyowezekana kuanza?

(4) Kwa nini Allah alishindwa kuzuia sehemu yake takatifu zaidi kuwa na uchafu wa ibada ya sanamu za Kipagani?

(5) Ni sababu gani ya kitholojia (ya kidini) kwa Allah kuruhusu Nyumba yake ya awali ya ibada kuwa Hekalu la Sanamu?

(6) Vipi Ibrahimu na Ismail wangeweza kujenga Ka'ba wakati Qur'ani inasema mara kwa mara kuwa hapakuwa na Mitume, Manabii, Monyaji au Maandiko yaliyotumwa kwa Waarabu kabla ya wakati wa Muhammad? Je, Ibrahimu si Nabii? (Angalia Surah 28:46-47, Surah 32:3, Surah 34:44, Surah 36:2-6)

Kilicho na madhara makubwa kwa Uislamu ni ukweli kwamba wakati Allah aliwaamuru Waislamu katika Surah 2:144 kusali kuelekea Ka'ba, ilikuwa bado ni hekalu la kipagani likiwa na sanamu mia tatu na sitini. Amri ya kusali kuelekea Ka'ba ilikuwepo kabla ya ushindi wa Makkah kwa miaka mingi. Sanamu za kipagani ziliharibiwa tu baada ya ushindi wa Makkah. Hivyo, katika miaka yote hiyo ya kati – kati ya wakati Waislamu walivyoamriwa kusali kuelekea Ka'ba na ushindi wa Makkah – Waislamu walikuwa wakisali kuelekea hekalu la kipagani lililozungukwa na sanamu. Hii si jambo dogo katika suala la ibada. Kwa nini sala za Waislamu lazima zielekee hekalu la kipagani ili kufikia masikio ya Allah?

SANAMU LAJI LA ISLAMU

Wakati Muhammad aliposhinda Makkah, aliharibu sanamu zote za Ka'ba isipokuwa sanamu kuu – Jiwe Jeusi. Kwa nini? Kutokana na heshima kubwa aliyokuwa nayo kutokana na miaka ya kujisalimisha kwa ibada ya kipagani ya kuabudu mawe, Muhammad aliliacha Jiwe Jeusilikiwa halijagunduliwa ili liwakilishe Uislamu. Ufanisi wa heshima yake kwa Jiwe Jeusiulikuwa mkali kiasi kwamba hakuwa na uwezo wa kuliona kama kilivyo – sanamu. Alilikisia Jiwe Jeusiili kuthibitisha kujisalimisha kwake kwa sanamu ya jiwe. Muhammad alikuwa mtabiri. Kubusu kwa Waislamu watiifu wakati wa Hajj, wanaokubali kusali kwa Jiwe Jeusini ishara ya kuendeleza ibada ya kipagani ambayo imedumu kwa muda mrefu. Jiwe Jeusiambalo lilikuwa takatifu kwa wapagani likawa takatifu kwa Waislamu. Hii ni ibada ya kweli! Inaweza kuwashangaza Waislamu kugundua kuwa hata Khalifa Umar (Khalifa wa pili wa Uislamu) alikuwa na mashaka kuhusu kuliabudu na kuligusisha Jiwe Jeusila kipagani.

Sahih Bukhari, Juzuu ya 2, Kitabu cha 26, Namba 667:

Imesimuliwa na 'Abis bin Rabia: Umar alikaribia Jiwe Jeusina kulikisia na kusema: "Hakuna shaka, najua kwamba wewe ni jiwe na huwezi kumfaidi yeyote wala kumdhuru yeyote. Nisingeona Mtume wa Allah akikigusisha wewe, singelikigusisha."

Hii ni kauli ya wazi kutoka kwa mmoja aliyejihusisha na ibada ya kipagani ya Ka'ba kabla ya kubadili dini yake na kuwa Muislamu. Wakati Khalifa Umar alikuwa na uwezo wa kiroho wa kufanya uchambuzi huu, Muhammad aliendelea kuabudu sanamu ya jiwe ya kipagani. Sababu ya Khalifa Umar kuwa na haya kwa kuliabudu Jiwe Jeusibaada ya kubadili dini ni wazi. Alijua vizuri kuwa hili ndilo Jiwe Jeusiambalo liliguswa na wapagani kabla ya kuja kwa Uislamu. Alijua kuwa Jiwe hili Jeusililikuwa takatifu kwa wapagani. Pole, upendo wa Khalifa Umar kwa Muhammad ulizidi ufahamu wake wa kiroho. Alijisalimisha kwa ibada ya sanamu kwa kumfuata Mtume wake.

Jiwe Jeusiambalo lilikuwa takatifu kwa wapagani wa Kiarabu likawa kitovu cha Hija ya Waislamu. Waislamu hugusa na kulikisia Jiwe Jeusikwa heshima wakati wa hija yao ya kila mwaka kwenda Makkah. Uwepo wa wasio Waislamu unakatazwa kabisa karibu nalo. Jiwe Jeusiambalo lilikuwa kitu cha ibada ya kipagani kwa karne nyingi kabla ya wakati wa Muhammad likawa sehemu kuu ya ibada ya Uislamu.

Muhammad Husayn Haykal alikuwa mchambuzi mashuhuri kutoka Misri aliyeandika vitabu vingi kuhusu Uislamu. Maandishi yake yanategemea kazi za kisomi za Ibn Hisham. Katika kitabu chake, "The Life of Muhammad," alikiri ukweli ufuatao:

Kwa kweli, Waarabu walivua sana mawe haya kiasi kwamba si tu waliabudu jiwe Jeusikatika Ka'ba, bali pia walichukua moja ya mawe ya Ka'ba kama kitu takatifu katika safari zao, wakiliabudu na kuomba liwabariki kila wanapochukua hatua. (p. 30)

Hadithi hii juu ya Muhammad inathibitisha wazi kwamba wapagani wa Kiarabu waliabudu Jiwe Jeusi. Unaliita vipi jiwe linaloabudiwa? Lakini, Waislamu wanakanusha kuwa Jiwe Jeusini sanamu. Wanaisisitiza kwamba maombi yao yanaelekezwa kwa Allah pekee. Hata hivyo, katika mazoezi halisi, Waislamu wanakitendea Jiwe Jeusikwa heshima ile ile ambayo wapagani huonyesha kwa sanamu zao. Ukanusho wa Uislamu kuhusu ibada ya sanamu ya Jiwe Jeusiunaweza kulinganishwa na mwanaume anayejitetea kuwa hana hatia kwa kitendo cha uzinzi kwa kusema kwamba alikuwa akifikiria mke wake tu wakati alifanya tendo la kimapenzi lisilofaa. Sote tunahukumiwa kwa matendo yetu. Uzinzi ni uzinzi na ibada ya sanamu ni ibada ya sanamu. Uhalalishaji wa heshima ya jiwe lililokufa hadi kiwango cha kuinama na kulikisia unaweza tu kufungamanishwa na ibada ya kipagani kuliko na roho ya kweli ya ibada ya umoja wa Mungu. Kweli, je, Waislamu wanaabudu Jiwe Jeusi?

Mmoja wa wanazuoni maarufu wa Misri, Sheikh Sha'rawi, alifunua ukweli ufuatao:

"Likusababisha kuabudu kwa meteorite ni utaratibu thabiti katika sheria ya Kiislamu kwa sababu Muhammad alifanya hivyo. Hapaswi kuuliza kuhusu hekima iliyozungukwa na hiyo kwa sababu ibada hii ni (ya ibada) licha ya kutokuwa wazi kwa hekima yake." (Opinions za Kisheria, pt. 3, p. 167, Muslim)

Kubusu kwa Jiwe Jeusi ni wazi kuwa ni "usemi wa ibada" katika Uislamu. Hii inathibitisha zaidi ukweli kwamba Waislamu wote ni waabudu sanamu. Na sababu pekee ya kulikisia Jiwe Jeusi ni kwa sababu "Muhammad alifanya hivyo." Utayari wa Muhammad kwa Jiwe Jesusi ulikuwa mkali kiasi kwamba hauwezi kuelezewa kama kitu kingine isipokuwa ibada. Fikiria sasa ushahidi ufuatao:

Ibn Umar alisema: "Mtume wa Allah (amani iwe juu yake) alikisia Jiwe la Black, aliligusa, na kisha akaweka midomo yake juu yake na kulia kwa muda mrefu." Vivyo hivyo, Umar alilia kwa muda mrefu. Mtume (amani iwe juu yake) alisema: 'Ewe `Umar, hapa ndipo mahali ambapo mtu anapaswa kumwaga machozi." (Imesimuliwa na Al-Hakim ambaye anahesabu kuwa Hadithi hiyo ni sahihi kwa mnyororo wa mamlaka wa kweli) Chanzo: IslamOnline.

Muhammad si tu aliligusa na kulikisia Jiwe Jeusi lakini pia alikiweka midomo yake juu yake na kulia kwa muda mrefu. Kama tunavyoona, alikua na hisia kali mbele ya Jiwe la Black. Ikiwa hii si ibada ya sanamu, basi ni nini? Ni ukweli usiopingika kwamba aina yoyote ya ibada ya kidini au kujitolea kwa kitu ni ibada ya sanamu. Kwa kuzingatia historia yake ya kipagani, Muhammad alihitaji kitu cha kudumu kumfanya awe na uhusiano na Allah. Hivyo, alijisalimisha kwa ibada ya sanamu. Ndio maana alisema kwamba Jiwe Jeusi ni mahali "ambapo mtu anapaswa kumwaga machozi." Waislamu wanashindwa kuelewa ukweli kwamba kulikisia na kupapasa vitu vya jiwe ilikuwa sehemu ya ibada ya kipagani. Muhammad hakuwa na uwezo wa kujitenga na mizizi yake ya kipagani. Na Khalifa Umar alijisalimisha kwa kutii kipofu.

Kama Khalifa Umar, Waislamu wanamfuata kipofu Mtume wao katika heshima ya sanamu hii ya kipagani. Kihistoria, haiwezi kukataliwa kwamba Jiwe Jeusi liliheshimiwa na wapagani wa Kiarabu kabla ya Uislamu. Jiwe Jeusililikuwa mojawapo ya sanamu nyingi zilizokuwa zikiumbwa katika

Ka'ba. Jiwe Jeusi ambalo wapagani walilikisia ni lile lile ambalo Waislamu wanalikisia leo. Waislamu wanalikisia jiwe ambalo lilitumika awali katika ibada ya sanamu. Waislamu hawana msingi wowote wa kuhalalisha tendo hili la ibada ya sanamu. Je, ni elimu gani ya kiungu au uzoefu wa kiroho unaweza kupatikana kwa kuheshimu kitu kisichohamishika ambacho kinatambuliwa kuwa meteorite rahisi?

Zaidi ya hayo, Muhammad alifundisha kwamba Siku ya Hukumu Jiwe Jeusi litashuhudia kwa faida ya wale walioligusa kwa dhati. Uislamu pia unafundisha kwamba dhambi za mtu zitahsamiwa ikiwa atagusa Jiwe la Black.

Imesimuliwa na al-Tirmidhi, 961; Ibn Maajah, 2944:

Ilisimuliwa kuwa Ibn 'Abbaas alisema: Mtume wa Allah (amani na baraka ziwe juu yake) alisema kuhusu Jiwe: "Kwa Allah, Allah atalileta Siku ya Ufufuo, na litakuwa na macho mawili ambayo litayaona na ulimi ambao litasema, na litashuhudia kwa faida ya wale walioligusa kwa dhati."

Imesimuliwa na al-Tirmidhi, 959:

Mtume wa Allah (amani na baraka ziwe juu yake) alisema: "Kugusa vyote viwili (Jiwe Jeusina al-Rukn al-Yamani) ni fidia kwa dhambi."

Imesimuliwa na al-Tirmidhi, 877, Ahmad, 2792:

Mtume wa Allah (amani na baraka ziwe juu yake) alisema: "Wakati Jiwe Jeusi lilishuka kutoka Peponi, lilikuwa jeupe kuliko maziwa, lakini dhambi za wana wa Adamu zilifanya liwe la giza."

Hivyo, Waislamu wanadanganya wanaposema kuwa Jiwe Jeusi ni mahali pa kuelekeza maombi yao kwa ajili ya umoja. Kwa kweli, linamaanisha zaidi kuliko wanavyokubali kusema. Je, si ibada ya sanamu kuamini kuwa dhambi zinaweza kusamehewa kwa kugusa au kulikisia jiwe lililokufa? Wakati Waislamu wanakataa vikali maana ya ukombozi wa Yesu Kristo, Waislamu hawa hao hao wanakubali kwa urahisi kwamba jiwe lililokufa linaweza kufikia lengo lile lile ambalo wanakataa kuwa Masihi aliye hai angeweza kutimiza.

Muhammad alianza na kumaliza na dini ya kipagani. Tofauti ni kwamba aliiwekea muundo wa umoja wa Mungu. Ukweli kwamba wengi wa ibada zinazofanywa kwa jina la Allah zinahusiana na ibada za kipagani inaonyesha kuwa Uislamu ulianzishwa kwa ibada ya sanamu. Vitendo vya aina hii vinaendana na ibada za kipagani za kabla ya Uislamu zinazohusiana na Ka'ba. Mungu wa Ibrahimu, Isaka na Yakobo asingewatumia watu wake sanamu ya Jiwe Jeusikuwashawishi kutenda ibada ya sanamu.

Wakati Muislamu anapolikisia Jiwe Jeusi au akizunguka Ka'ba au anakimbia kati ya milima, anatekeleza ibada za kipagani. Na Muhammad alijumuisha vitendo vyote hivi vya kipagani ndani ya Uislamu. Hivyo, ni jina pekee lilio badilika lakini sumu inabaki ile ile. Wakati Wakristo wa kweli wanaweza kuona wazi asili ya ibada ya sanamu ya vitendo hivi, Waislamu ni vipofu kwa uovu huu. Fikiria sasa ushahidi ufuatao:

Sahih Bukhari, Juzuu 6, Kitabu 60, Namba 23:

Imesimuliwa na 'Asim bin Sulaiman: Nilimuuliza Anas bin Malik kuhusu Safa na Marwa (yaani milima miwili huko Makkah). Anas alijibu, "Tulikuwa tukiona (yaani kuizunguka) kuwa ni desturi ya kipindi cha Ujahiliya kabla ya Uislamu, hivyo wakati Uislamu ulipokuja, tuliacha kuzunguka. Kisha Allah alifunua, 'Bila shaka, Safa na Marwa (yaani milima miwili huko Makkah) ni miongoni mwa Ishara za Allah. Hivyo, si dhambi kwa wale wanaofanya Hajj wa Nyumba (ya Allah) au wanaofanya Umra kuzunguka kati yao.'" (Sura 2:158)

Hapa chini ni aya kamili ya Qur'ani inayozungumziwa katika Hadithi hiyo hapo juu.

Surah 2:158: "Angalia! (Milima) As-Safa na Al-Marwah ni miongoni mwa dalili za Allah. Hivyo, si dhambi kwa yeye ambaye yuko kwenye ibada ya Hajj kwa Nyumba (ya Allah) au anayemtembelea, kuzunguka kati yao (kama ilivyo desturi ya kipagani)." (Pickthall)

Je, si jambo la kushangaza kwamba milima hii ambayo ilikuwa takatifu kwa wapagani kuwa ghafla inakuwa "Ishara za Allah" baada ya ushindi wa Waislamu wa Makkah? Kwa nini haikuwa "Ishara za Allah" kabla ya hapo? Zaidi ya hayo, kwa nini ibada hiyo ya kipagani ya kukimbia kuzunguka milima hii miwili pia ilihifadhiwa katika Uislamu? Ni muhimu kutambua kwamba maana ya ibada ya sanamu ya milima hii ilikuwa dhahiri kwa Waislamu wa mapema kiasi kwamba walikuwa na wasiwasi kuzunguka kati yao kwa kuiga wapagani. Kwa hiyo, Allah alilazimika kuhamasisha aya ya Qur'ani hapo juu kuthibitisha vitendo hivi vya kipagani na kuwaamsha Waislamu kwamba ni sawa kuendelea na ibada hii ya kipagani. Vilevile, kwa nini ibada ya kipagani ya kuzunguka Ka'ba pia ilihifadhiwa katika Uislamu? Haijalishi Waislamu wanavyojaribu kuhalalisha ibada hizi, haibadilishi ukweli kwamba ibada hizi zilianzishwa katika ibada ya sanamu.

Kutupa mawe kwa Shetani ni ibada nyingine ambayo Waislamu hufuata wakati wa hajj. Wakati wa ibada hii, Muislamu anakusanya mawe saba na kuyatupa kwa nguzo ya jiwe inayowakilisha upinzani wake dhidi ya Shetani. Huwezi kujizuia kushangazwa na kitendo hiki cha kijinga. Waislamu kwa heshima wanalikisia jiwe kama tendo la ibada takatifu kwa Allah wakati wakitupa jiwe jingine kama uwakilishi wa Shetani. Huu ni Uislamu kwa ajili yako. Hivyo, ni dhahiri kabisa kwamba Uislamu umejaa ibada ya sanamu. Ushahidi upo kila mahali na ni mkubwa. Hii inatupa sababu halali ya kukataa Uislamu.

Karne nyingi kabla ya kuja kwa Uislamu, Mungu Jehovah alionya kwa upendo Waisraeli kuhusu mtego mwepesi wa Shetani ambao Uislamu ulishindwa kuuepuka. Biblia Takatifu ilionya kwa nguvu:

Lawiti 26:1: "Msijifanyie sanamu za bure. Hamstahili kujijengea sanamu ya kuchongwa au nguzo takatifu, wala hamstahili kuweka jiwe kama kipambo takatifu katika nchi yenu ili kuliinamia. Mimi ni Jehovah, Mungu wenu."

Je, onyo lolote linaweza kuwa wazi zaidi kuliko hili? Ama inakubalika kuliinamia jiwe au halikubaliki. Haya mawili hayawezi kuwa kweli kwa wakati mmoja. Hii ni jambo la muhimu kwa sababu inaonyesha kwamba ama Allah au Jehovah ndiye Mungu wa kweli. Wokovu wa milele wa kila Muislamu uko mikononi mwa mmoja tu wao. Fikiria kwa makini! Je, Mungu Mtakatifu angeweza kuwahimiza waabudu wake kuendelea na ibada za sanamu za wapagani?

Inafundishwa mara kwa mara kwamba Dini ya Kiyahudi, Ukristo, na Uislamu ni dini tatu kuu za imani moja ya Mungu duniani leo. Na mara nyingi inadhihirishwa kwamba wafuasi wa dini hizi tatu wanaomba kwa Mungu yule yule. Hakuna jambo linaloweza kuwa mbali zaidi na ukweli kuliko hili. Uislamu ni kipagani kilichovaa sura ya imani moja ya Mungu. Hakuna nafasi yoyote, hata kidogo, kwa ibada ya sanamu katika Ukristo:

1 Yohana 5:21: "Jilindeni na sanamu."

Na waabudu sanamu hawana nafasi katika Ufalme wa Mungu:

Wagalatia 5:19-21: "Sasa matendo ya mwili ni dhahiri, nayo ni uasherati, uchafu, tabia ya ujinga, ibada ya sanamu, uchawi, uadui, ugomvi, wivu, hasira kali, kutokuelewana, makundi, wivu, ulevi, sherehe za pori, na mambo kama haya. Naonya kuhusu mambo haya, kama nilivyowaonya kabla, kwamba wale wanaofanya mambo kama haya hawataurithi Ufalme wa Mungu."

Waislamu wote ni waabudu sanamu. Wanatenda ibada ya sanamu kila wanapoinama katika maombi kuelekea Ka'ba au wanapolikisia Jiwe Jeusi kwa heshima. Ikiwa washiriki wa dini nyingine wangefanya vitendo hivi vya aina moja, Waislamu wangeweza kusema kuwa ni ibada ya sanamu. Ufafanuzi wao unawapofusha kutambua ukweli. Hata hivyo, bado kuna tumaini kwa Waislamu wale wanaoukataa Uislamu na kumgeukia Mungu aliye hai kwa ajili ya wokovu wao.

Isaya 55:6: "Mtafuteni Jehovah wakati anapopatikana. Mwite wakati anapokaribia."